ஹென்ரிட்டா லேக்ஸ்

ஹென்ரிட்டா லேக்ஸ்

சா. சுரேஷ்

எதிர்
வெளியீடு

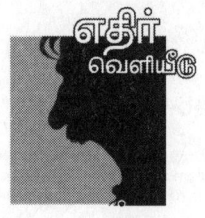

ஹென்ரிட்டா லேக்ஸ்
சா.சுரேஷ்

முதல் பதிப்பு: ஆகஸ்ட் 2015
எதிர்வெளியீடு
96, நியூ ஸ்கீம் ரோடு, பொள்ளாச்சி - 642 002.
தொலைபேசி: 04259 - 226012, 99425 11302.
வடிவமைப்பு: ரவிந்திரன்

விலை: ₹ 150

Henrietta Lacks
S. Suresh

First Edition: August 2015
Published by Ethir Veliyedu,
96, New Scheme Road. Pollachi - 642 002.
Phone: 04259 - 226012, 99425 11302.
Email: ethirveliyedu@gmail.com
www.ethirveliyedu.in

Price: ₹ 150

ISBN : 978-93-84646-34-9

All rights reserved. No part of this book may be reprinted or reproduced or utilised in any form or by any electronic, mechanical or other means, now known or hereafter invented, including photocoping and recording, or in any information storage or retrieval system, without permission in writing from the Publisher.

நன்றி
ரெபேக்கா ஸ்க்லூட்

உள்ளடக்கம்

ஒரு சில வார்த்தைகள்	11
நன்றியும் சமர்ப்பணமும்	15
அறிமுகம்	17

பகுதி 1

ஹென்ரிட்டாவின் வாழ்க்கை	25
புற்றுநோயின் கோரப்பிடியில் ஹென்ரிட்டா லேக்ஸ்	32
ஹீலா செல்லின் தோற்றம்	41
நூலாசிரியரின் முயற்சிகள்	46
செல் வளர்ப்பு என்பது...	54
கிடைத்துவிட்டது ஒரு சோதனைப் பொருள்	60
தேவதை விடைபெறுகிறாள்	63

பகுதி 2

ஹென்ரிட்டா இறந்த நாளில்...	67
ஹீலா செல் உற்பத்தி தொழிற்சாலை!	69
ஹெலன் லேன்	77
ஹென்ரிட்டா வாரிசுகளின் இளம்பருவம்	80
இதுதான் விஞ்ஞான அறவியல்	84
வினோதங்களின் புதிர் ஹீலா செல்	91
டெபோரா மற்றும் சகோதரர்கள்	95
ஹீலா அணுகுண்டு	97
இரவு மருத்துவர்கள்	101
கே அவர்களுக்கு நேர்ந்தது என்ன?	104

பகுதி 3

இன்னும் உயிரோடுதான் இருக்கின்றன	119
முதல் மனிதர்	124
எனது செல்களை விற்க நீங்கள் யார்?	129
தேடல்	136
இறவாத்தன்மைக்கு காரணம் என்ன?	139
அங்கீகாரம்	144
எங்கெங்கு காணினும்	148
ஜக்காரியா	153
டெபோரா கற்றலியலாளர்	155
கருப்பின பைத்தியங்களுக்கான மருத்துவமனை	158
எல்லாம் வல்ல இறைவா!	162
டெபோரா ஓர் அதிசயப் பிறவி	166
இறுதியாக...	169

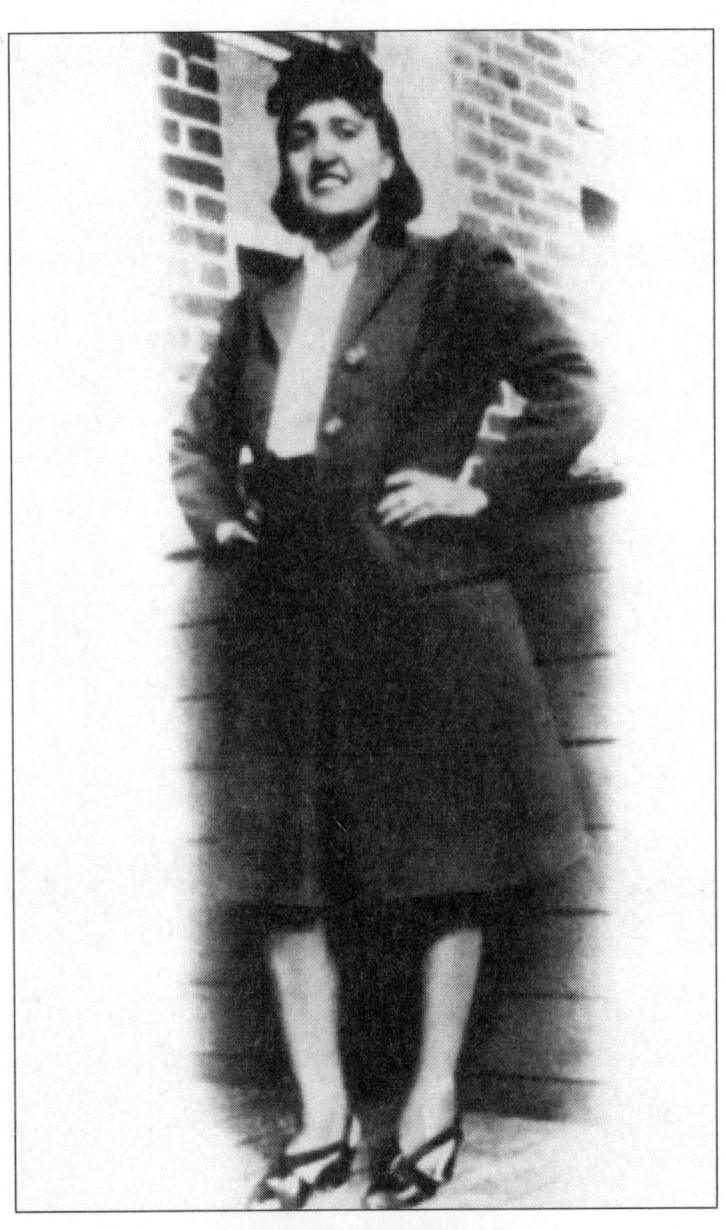

ஹென்ரிட்டா லேக்ஸ்
1920 - 1951

ஒரு சில வார்த்தைகள்

சமீபத்தில் ஒரு முகநூல் பதிவில் வெட்டப்பட்ட ஆட்டுத் தலைகளை கம்பில் குத்தி நிறுத்தியது போன்று பிரெஞ்சுப் படை வீரர்களால் வெட்டப்பட்டு துப்பாக்கிக் கத்திகளின் முனையில் நிறுத்திவைக்கப்பட்ட கருப்பின மக்களின் தலைகளைக் காண முடிந்தது. ஒவ்வொரு தலையும் மரணபயத்தை வெளிக்காட்டியபடி இருந்தது. வலி என்பது எல்லோருக்கும் ஒன்றுதானே? சாலையில் அடிபட்டுச் சாவும் நாய்க்கும், மனிதனுக்கும் வலி ஒன்றுதான். இதை உணர்ந்தால் சக மனிதர்கள், உயிரினங்கள் மீது கரிசனம் பிறக்கும். "வாடிய பயிரைக் கண்டபோதெல்லாம் வாடினேன்" என்று வள்ளலார் பாடியது என்பது கூட கரிசனத்தின் உச்சம். ஏனென்றால் பயிர் வாடினால் மனம் வாடுவது என்பது சாதாரண மனிதனுக்கு வாய்க்கப்பெறாத ஒன்று. என்னுடைய வலி, என்னுடைய கஷ்டங்கள், என்னுடைய எதிர்பார்ப்புகள், என்னுடைய சுகபோகங்கள் இப்படி எத்தனை "என்னுடைய" புராணங்கள். இதிலிருந்து ஆரம்பிப்பதுதான் சக மனிதன் மீதான வன்முறை, ஆக்கிரமிப்பு, அழித்தொழிப்பு எல்லாம்.

இருத்தலுக்கான போராட்டங்களில் சாதகமான மாற்றங்கள் நிலைபெற்று சாதகமற்ற மாற்றங்கள் அழிந்துவிடும். இதன் மூலம் புதிய உயிரினங்கள் தோன்றும் என்கிறார் டார்வின். இருத்தல்

என்பது உயிர் பிழைத்திருத்தலைப் பற்றிக் கூறுவதாகும். உயிர் பிழைத்திருக்கும் போராட்டத்தில் வலியவன் வாழ்வான். தற்போதைய சமூகம் அதற்கு வேறு பல அர்த்தம் கூறுகிறது. தலித்தல்லாதவன் முன் ஒரு தலித் வாழமுடியாது; ஏனென்றால் அந்த தலித்தல்லாதவன் வலியவன். ஒரு வெள்ளையினத்தவன் முன் ஒரு கருப்பினத்தவன் வாழமுடியாது. ஏனென்றால் வெள்ளை யினத்தவன் வலியவன். தொட்டதுக்கெல்லாம் பயன்படுத்தப்படும் இந்த "வலியவன் வாழ்வான்" கிளிஷே ஆனது மிக நுட்பமாக சமூகத்தின் அன்றாட செயல்பாடுகளில் தங்களது பிரதிபலிப்பைக் காட்டுக்கொண்டுதானிருக்கிறது. உயிர்வாழ்தலுக்கு இடையூறாக இல்லாத போதும் கூட வலியவன் என்கிற ஒரே காரணத்திற்காக சாலையில் செல்லும் நாயைக் கல்லால் அடிப்பது, பாம்பை அடித்துக்கொல்வது போன்றவற்றிலிருந்து வலியவன் என்பதால் இன்னொரு நாட்டின் மீது படையெடுப்பது, ஒரு நாட்டின் வளங்களைக் கொள்ளையடிப்பது வரையில் தனது அர்த்தத்தை தொலைத்துவிட்டு நிற்கிறது டார்வின் கூற்று.

அர்த்தம் தவறாக காட்டப்பட்ட இந்தக் கூற்றின் ஒரு அப்பாவி பிரதிநிதிதான், இந்தப் புத்தகத்தின் கருவாக இருக்கிற குறைந்த காலமே வாழ்ந்து இவ்வுலகை விட்டு மறைந்த ஹென்ரிட்டா லேக்ஸ். செல்போன் திருட்டுக்கு தண்டனை உண்டு. "செல் (Cell) திருட்டுக்கு" தண்டனை கிடையாது. ஹென்ரிட்டா லேக்ஸிடமிருந்தும் அவரது செல்கள் "திருடப்பட்டன". அதாவது அனுமதியின்றி எடுக்கப்பட்டன. அதனைத் தொடர்ந்து அறிவியல் உலகம் தன்னைப் புத்தாக்கம் செய்துகொள்ளும் அளவிற்கு எண்ணற்ற விஷயங்களை தன்னுள் புதைத்து வைத்திருந்தன ஹென்ரிட்டாவிடமிருந்து எடுக்கப்பட்ட ஹீலா செல்கள் (HELA Cells- Henriettaa Lacks). இனவெறி, ஏகாதிபத்திய வெறிக்கு மனிதாபிமானம் தெரியாது. மனநிலை பாதிக்கப்பட ஐந்து வயதே ஆன ஒரு கருப்பின பெண் குழந்தையின்(ஹென்ரிட்டாவின் இளைய மகள் எல்சி) மண்டையோட்டில் ஆராய்ச்சி என்ற பெயரில் ஓட்டையிட்டு வெள்ளையின மருத்துவர்கள் சோதனை மேற்கொண்டது இதற்கு ஓர் உதாரணம்.

பொதுவாக அறிவியல் உலகம் ஒரு மனிதனின் உடலுக்கு வெளியே வளர் ஊடகத்தில் (Culture Medium) செல்களை வளர்த்து அவைகளை பேணிப் பாதுகாத்தாலும் கூட ஒரு குறிப்பிட்ட காலத்திற்குப் பிறகு அச்செல்கள் இறந்துவிட்டதுதான் நடை முறையாக இருந்திருக்கின்றது. ஆனால் ஹென்ரிட்டாவின்

உடலிருந்து எடுக்கப்பட்ட செல்கள் வளர் ஊடகத்தில் வளர்க்கப்பட்ட பொழுது அச்செல்கள் பல்கிப்பெருகிக்கொண்டே இருந்தன. தாய் செல் இறந்தால் அது உருவாக்கிய சேய் செல்கள் ஒவ்வொன்றும் மீண்டும் தாய் செல்லாகி தனது சேய் செல்களை உற்பத்தி செய்தன. இப்படியான சங்கிலிக்கு முடிவே இல்லாமல் கடந்த 60 வருடங்களாக செல்களை உருவாக்கிக் கொண்டிருக்கின்றன ஹீலா செல்கள். இதுதான் ஹீலா செல்களின் சிறப்பு.

இதைத்தான் வெள்ளை ஏகாதிபத்தியம் கெட்டியாகப் பற்றிக்கொண்டது. ஒரு கொடையாளியிடமிருந்துஹென்ரிட்டா விடமிருந்து பெறப்பட்ட செல்களுக்கான எந்த ஒரு அங்கீகாரத்தையும் ஆரம்ப கட்டத்தில் வழங்கவில்லை இந்த ஏகாதிபத்தியம். நிர்ப்பந்தம் பின்னர் அவ்வாறு செய்யத் தூண்டியது. தன்னுடைய சுயநலத்திற்காக பிறரது உரிமையைக் காலில் போட்டு மிதிக்கும் போக்கு ஏகாதிபத்தியத்திற்கு ஒன்றும் புதிதல்ல. ஹீலா செல்களை வணிகரீதியில் "வியாபாரம்" செய்து பன்னாட்டு மருந்து மற்றும் உயிர்தொழில்நுட்ப நிறுவனங்கள் கொழிக்கின்றன. ஆனால் ஹென்ரிட்டாவிலிருந்து இன்று உயிரோடிருக்கும் அவரது குடும்ப உறுப்பினர் எவரும் அந்த செல்களால் ஒரு பயனைக் கூட அடைந்திலர். அறிவியலுக்கு ஹென்ரிட்டா தனது கொடையை வழங்கி அறிவியலை கௌரவப்படுத்திவிட்டார் என்று பாராட்டுக்களை மட்டும் வழங்கிவிட்டு ஹீலா செல்களை ஆராய்ச்சி என்ற பெயரில் விற்று காசு பார்க்கிறது மருத்துவ உலகம். அப்படியான ஒரு துரோக வரலாற்றைத்தான் இந்த புத்தகம் முன்வைக்கிறது. புற்றுநோயால் இறந்த பெண்ணிடமிருந்து அவருக்குத் தெரியாமல் அவரது அனுமதியின்றி எடுக்கப்பட்ட செல்களைக்கொண்டு ஆராய்ச்சி செய்து புதிய புதிய கண்டுபிடிப்புகளை மேற்கொண்ட அறிவியல் உலகம், அதற்கு காரணகர்த்தாவாக இருந்த ஹென்ரிட்டா லேக்ஸை கடமைக்கு மட்டும் அங்கீகரித்து விட்டு பொருளாதார ரீதியில் இன்றளவும் செல்வம் ஈட்டிக்கொண்டிருக்கும் வரலாற்றைத்தான் இந்த புத்தகம் பேசுகிறது.

இப்புத்தகத்தை ஆங்கிலத்தில் The Immortal Life of Henrietta Lacks என்ற பெயரில் எழுதியவர் ரெபேக்கா ஸ்க்லூட். இப்புத்தகத்தை மொழிபெயர்ப்பாக செய்யாமல் சுருக்கமான புத்தகமாக மாற்றலாம் என முடிவெடுத்ததன் விளைவுதான் இப்புத்தகம். இப்புத்தகம் அபுனைவு வகையைச் சேர்ந்தது. இதனை ஒரு நாவலாசிரியருக்கே

உரித்தான உத்தியுடன் சம்பவங்களை நுட்பமாகக் கோர்த்து சுவாரஸ்யமாக சொல்லியிருக்கிறார் ரெபேக்கா. அப்புத்தகம் இங்கு கட்டுரைகளின் தொகுப்பாக மாற்றித் தரப்பட்டுள்ளது. கூடுமானவரை மூலப் புத்தகத்தின் சாரம் தவறாமல் இங்கு தரப்பட்டுள்ளதாக நினைக்கிறேன். படித்துவிட்டு உங்களது கருத்துக்களை பகிரவும்.

அன்புடன்

சா.சுரேஷ்
ஆம்பலாபட்டு

30.6.2015
பேச: *99430 28861*

நன்றியும் சமர்ப்பணமும்

இந்த புத்தகத்தை வெளியிட்ட "எதிர் வெளியீடு" அனுஷ் அவர் களுக்கும், எழுத்துலகிற்கு என்னை அறிமுகப்படுத்திய "பாரதி புத்தகாலயம்" சிராஜ் அவர்களுக்கும் நன்றிகள். இந்த புத்தக உருவாக்கத்தில் துறைசார் உதவிகளைச் செய்த என்னோடு பணிபுரியும் ஜே.திவ்யா M.Sc.(Microbiology and Immunology) (இள நிலை உதவியாளர்) அவர்களுக்கும் முனைவர் சி.பிரபு, M.Sc.M.Phil. Ph.D அவர்களுக்கும் நன்றி. எனது மூத்த சகோதரர் சா.சுரேந்திர மோகன் B.E. A.E.(PWD), இளைய சகோதரர் சா.வீரராகவன் எம்.பி.ஏ., கவிஞர் காமராஜ் ஆகியோரையும் இவ்விடத்தில் நினைவுகூற ஆசைப்படுகிறேன். எனது மனைவி கவிதா இல்லை யென்றால் இந்த நூல் முழுவடிவம் பெற்றிருக்காது. தன்னாலியன்ற அனைத்து உதவிகளையும் செய்தார்.

அடுத்ததாக என்னோடு பணிபுரியும் நண்பர்கள். பொதுவாக என்னுடைய பணி குறித்து எனக்கு மரியாதை இருந்தாலும், நான் பணியாற்றும் துறை குறித்து எனக்கு எவ்வித மரியாதையும் இதுவரை இருந்ததில்லை. லஞ்சங்களை அள்ளிக்கொண்டு பரிகாரமாக மானாவாரியாக கடவுள்களைக் கும்பிடும் செம்படிச் சித்தர்கள் நிரம்பித் ததும்பும் துறை. வெட்கமற்றவர்களாக "கேட்டுப்பெற்றுக்கொண்டு" நம்மிடம் நல்லவர்களாக காட்டிக்

கொள்ள அவர்கள் படும் பாடு படு ஹாஷ்யமாக இருக்கும். விதிவிலக்காக என்னோடு பணிபுரிபவர்கள். இவர்கள் கொடுக்கப் பட்ட வாய்ப்பைப் பயன்படுத்தி மக்களுக்கு ஏதேனும் ஒரு வகையில் உதவ வேண்டும் என நினைக்கிற பட்டாளம். இவர்கள் அடிக்கடி என்னை உற்சாகப்படுத்துவார்கள். தீபா, அருள் கோவிந்தராஜன், பிரியா, ராதிகா, உமாதேவி, ராஜேஷ்வர், கோபி, ஸ்டீபன், ஷபீனா, விஜயலெட்சுமி லதா, சுந்தராம்பாள், பிரீத்தி, வசந்தகுமார், ராஜ்குமார், ஆரோக்யம், ஜெசிந்தா, கார்த்திகேயன் என அடுக்கிக்கொண்டே போகலாம். இவர்கள் அனைவருக்கும் எனது நன்றிகள்.

இங்கு ஒருவரை அறிமுகப்படுத்தி ஆக வேண்டும். யாரேனும் வழியில் மறித்து "நீங்கள் தொலைக்காட்சியில் பேசினீர் களாமே?""புத்தகம் எழுதியிருக்கிறீர்களாமே?" என்று கேட்பார்கள். "யார் சொன்னது" என்று கேட்டால் "நெடுஞ்செழியன் சார்தான்" என்பார்கள். என்னோடு பணியாற்றும் எனது உயரதிகாரி அவர். நான் என்னைப்பற்றி யாரிடமும் சொல்லிக்கொள்வதில்லை. யாரேனும் புகழ்ந்தால் தர்மசங்கடமாய் உணர்பவன். நான் என்னைப் பற்றி மற்றவர்களிடம் சொல்லியதை விட அவர் என்னைப் பற்றி மற்றவர்களிடம் சொல்லியதுதான் அதிகம். குறைந்த காலம் நான் பணியாற்றியிருந்தாலும் எனது துறையில் நான் பார்த்த சில நல்லமனிதர்களில் இவரும் ஒருவர். எனவே "மகன் வீட்டிற்கு சென்று தங்கினால் அவன் பொருளாதார ரீதியில் கஷ்டப்படுவான்(அப்படியான கஷ்டம் எதுவும் இல்லை யென்றாலும் கூட)" என்று நினைத்துக்கொண்டு நான் இருக்கும் ஊர்ப்பக்கம் வந்தாலும் ஒரு நாள் கூட வீட்டில் தங்காது வந்தவு டனேயே "போயிட்டு வாரேன்பா" என்று கூறிவிட்டுச் செல்லும் தியாக உள்ளங்களான எனது அம்மா, அப்பா, எனது அன்பு மனைவி, திரு.நெடுஞ்செழியன் சார் ஆகியோருக்கு இந்நூலைச் சமர்ப்பிக்கிறேன்.

அறிமுகம்

1940களில் எடுக்கப்பட்ட புகைப்படம் அது. தன்னுடைய முப்பதாவது வயதில் எடுக்கப்பட்ட அந்தப் புகைப்படத்தில் புன்னகையோடு தோன்றுகிறார் ஹென்ரிட்டா லேக்ஸ் (Henrietta Lacks). ஐந்து குழந்தைகளுக்குத் தாயான ஒருவர் தனது ஆயுட்காலம் முழுவதையும் அவர்களுக்காக வாழ்ந்து தீர்த்துவிடத் துடிக்கும் விருப்பார்வம் அந்தப் புன்னகைக்குப் பின்னர் ஒளிந்திருப்பதாக தோன்றியது. அந்தப் புகைப்படத்தை யார் எடுத்தார் என்று தெரியவில்லை. அவர் இந்த உலகத்திற்கு எதோ ஒன்றை கொடுக்கப் போகிறார். ஆனால் அவர் கொடுக்கப்போகிற ஒன்றைப் பற்றி அவரோ அல்லது இந்த உலகமோ அறிந்திருக்கவில்லை. கொஞ்ச நாட்களுக்குப் பிறகு செல்லரித்துப் போகப்போகிற அந்தப் புகைப்படம் காலம் காலமாய் வாழ்ந்துகொண்டிருக்கப்போகிற, இறவாப்புகழ் பெறப்போகிற அந்த ஒன்று குறித்த மர்ம முடிச்சை அவிழ்க்கவில்லை. இருப்பினும் இவ்வுலகிற்கு சொல்வதெற்கென்று நிறைய விஷயங்களை கொண்டிருப்பதாக உணர்த்தியது அந்தப் புகைப்படம்.

ஹென்ரிட்டாவின் கணவர் பெயர் டேவிட் லேக்ஸ் (David Lacks). இவரைச் செல்லமாக டே என்றழைப்பார்கள். கணவன் மனைவிக்கிடையேயான கூடலின் இடைப்பொருளாக வியர்

வையும் இறுதிப்பொருளாக அன்பும் வடியும். ஹென்ரிட்டாவிற்கு இவ்விரண்டையும் தாண்டி உதிரமும் வடிந்தது. வழக்கத்திற்கு மாறாக தனது வயிற்றில் ஏதோ ஒன்று அருகுவது போன்ற உணர்வு. தனது உறவினர்களிடம் "என்னுடைய வயிற்றிற்குள் ஒரு கயிறு இறுக்குகிறது" என்று அடிக்கடி ஹென்ரிட்டா கூறுகிறார். தன்னுடைய உறவினரிடம் அவரது கையைப் பிடித்து தனது வயிற்றைத் தடவிப்பார்க்கச் சொல்லி "ஐந்தாவது குழந்தைக்கு அதற்குள் தயாராகிவிட்டேனா?" என்று கேட்கிறார். அவ்வுறவினரோ வயிற்றை தடவியவாறே "ஒரு வேளை உனக்கு கர்ப்பப் பைக்கு வெளியே குழந்தை உருவாகியிருக்கலாம்" என்று கூறுகிறார்.

நிலைமையின் உக்கிரத்தன்மையை உணராத ஹென்ரிட்டா மருத்துவமனைக்குச் செல்லவில்லை. கடுமையான வலி ஏற்படும் போதெல்லாம் குழந்தை வயிற்றில் இருப்பதால்தான் இவ்வாறு ஏற்படுகிறது என்று கூறுகின்றனர் அவரது உறவினர்கள். இருப்பினும் இந்த வலி தனது ஐந்தாவது குழந்தை ஜோ கருக் கொள்ளும் முன்பிருந்தே இம்சித்து வருவதை அவர்களுக்கு சொல்கிறார். ஒரு முறை மாதவிடாய் இல்லாத சமயத்தில் இரத்தப்போக்கு ஆரம்பிக்கிறது. யாரும் இல்லாத ஒரு பொழுதில் கதவைச் சாத்திக்கொண்டு தண்ணீர்த் தொட்டியில் காலை விரித்து அமர்ந்து தனது விரலை யோனிக்குழாய்க்குள் விட்டு கருப்பை வாயைத் துலாவிப் பார்த்த ஹென்ரிட்டாவின் விரலுக்கு கடினமான ஏதோ ஒன்று தட்டுப்பட்டது. கருப்பை வாயின் இடது பக்கத்தில் ஒரு மார்பிள் கல்லைக் கொண்டு அடைத்தாற் போன்று தட்டுப்பட்டது அந்த ஒன்று. அவசரமாக உடைகளை அணிந்துகொண்டு தனது கணவனிடம் "என்னை ஒரு மருத்துவரிடம் அழைத்துச் செல்லுங்கள்; மாதவிடாய் இல்லாத நாட்களிலும் எனக்கு இரத்தப்போக்கு இருக்கிறது" என்று பதற்றத்தோடு கூறுகிறார் ஹென்ரிட்டா.

உள்ளூர் மருத்துவரைச் சந்தித்தபோது அவர் சிபிலிஸ்[1] (Syphilis) நோய்க்கான பரிசோதனையை செய்து பார்க்கிறார். ஹென்ரிட்டா சிபிலிஸ் நோயினால் பாதிக்கப்படவில்லை என்று தெரிந்ததும் *20* மைல் தொலைவில் உள்ள ஜான் ஹாப்கின்ஸ் மகப்பேறு மருத்துவமனைக்கு மேல்சிகிச்சைக்காக போவது சிறந்தது என்று பரிந்துரைக்கிறார் அம்மருத்துவர். ஒரு வேளை ஹென்ரிட்டாவாக இல்லாமல் வேறு ஒருவராக இருந்திருந்தால் அவர் *20* மைல்களுக்கு அப்பால் உள்ள ஜான்

ஹாப்கின்ஸ் மருத்துவமனைக்கு அனுப்பி வைத்திருக்க மாட்டார். அருகாமையில் உள்ள மருத்துவமனைக்கு ஒன்றும் ஹென்ரிட்டா எதிரியல்ல. ஜான் ஹாப்கின்ஸ் மருத்துவமனையின் பணி மருத்துவர் ஹவார்டு ஜோன்ஸ் (Howard Jones) அங்கு வருகிறார். இவர் ஒரு மகப்பேறு மருத்துவ நிபுணர். தனக்கு வழங்கப்பட்ட மருத்துவமனை உடையை அணிந்துகொண்டு ஒரு மர மேசையில் படுத்திருந்த ஹென்ரிட்டாவை கண்களை இடுக்கிக்கொண்டு பார்க்கிறார். ஹென்ரிட்டாவை சோதிப்பதற்கு முன்பு அவர் பற்றிய மருத்துவக் குறிப்பைப் படிக்கிறார் ஜோன்ஸ்:

ஆறு அல்லது ஏழாவது கிரேடு வரையிலான கல்வி. ஐந்து குழந்தைகளுக்குத் தாய். தொண்டைப் புண் காரணமாக சிறு வயதிலிருந்து மூச்சு விடுவதில் சிரமம். இதனை அறுவை சிகிச்சையின் மூலம் சரி செய்யலாம் என்று மருத்துவர் கூறியதை மறுத்துவிட்டார். நல்ல கணவர். எப்போதாவதுதான் குடிப்பார். நோயாளி தனது பெற்றோருக்குப் பிறந்த பத்து குழந்தைகளில் ஒருவர். கடந்த இரண்டு பிரசவங்களில் உதிரப்போக்கு இருந்துள்ளது. சிறுநீரிலும் இரத்தம் கலந்து வந்துள்ளது. அப்பொழுதும் மருத்துவர் சோதனை செய்யச் சொல்லியுள்ளார். அது மறுக்கப் பட்டது. ஐந்தாவது குழந்தை பிறந்த பிறகு குறிப்பிடத்தக்க அளவில் சிறுநீரில் இரத்தம் வந்துள்ளது. எந்தத் தொற்றும் இல்லை என்பதை அல்லது புற்றுநோயால் பாதிக்கப்படவில்லை என்பதை உறுதி செய்துகொள்ள சோதனைகளுக்கு பரிந்துரை செய்த மருத்துவரின் ஆலோசனை கிடப்பில் போடப்பட்டது. ஒரு மாதத்திற்கு முன்பு அவருக்கு கொனோரியா[2] (Gonorrhea) நோய்த்தொற்று இருப்பது தெரிய வந்தது. சிகிச்சையைத் தொடர வலியுறுத்தப்பட்டது. ஆனால் நோயாளியிடம் எந்த பதிலும் இல்லை...

ஒரு நாளின் அனைத்துப் பொழுதுகளிலும் வலியை உணர்ந்து கொண்டிருந்த ஹென்ரிட்டாவிற்கு மருத்துவமனை செல்வ தென்பது உவப்பான ஒன்றாக இல்லை. அவசரத்திற்கு என்றாலும் அருகாமையில் அமைந்துள்ள மருத்துவமனைகளில் அனுமதி யில்லை. 20 மைல் கடந்து வந்து ஒவ்வொருவரின் பார்வையின் அலட்சியத்தை உள்வாங்கிக்கொண்டு மருத்துவமனையின் "வண்ணம் பூசப்பட்ட" அறைகளுக்குள் நுழைந்து தனது உடலை சோதனைக்கு உட்படுத்துவதில் அவருக்கு சிக்கல் இருந்தது. அந்த மருத்துவமனை ஒரு அந்நியப்பட்ட தேசமாகப்பட்டது. புகையிலையை விளைவிப்பது எப்படி, ஒரு பன்றியைக் கொன்று

கூறு போடுவது எப்படி என்று தெரிந்திருந்த ஹென்ரிட்டாவிற்கு கருப்பை வாய், திசு சோதனை போன்ற வார்த்தைகள் பற்றி தெரிந்திருக்கவில்லை. ஹென்ரிட்டாவை சோதித்த ஜோன்ஸ், அவரது கருப்பையிலிருந்த கட்டியிலிருந்து சிறிதளவை துண்டித்து சோதனைக்கு அனுப்புகிறார்.

ஹென்ரிட்டாவை உடை மாற்றிக்கொள்ளச் சொல்லிவிட்டு தனது குறிப்பில் பின்வருமாறு எழுதுகிறார் ஹவார்டு ஜோன்ஸ்: "மூன்று மாதங்களுக்கு முன்பு இந்த மருத்துவமனையில் பிரசவத்திற்காக அனுமதிக்கப்பட நோயாளிக்கு கருப்பையில் கட்டி இருந்ததற்கான குறிப்பு எதுவும் இதற்கு முன் எழுதப்பட்ட மருத்துவமனைக் குறிப்பில் இடம்பெறவில்லை. ஆனால் தற் பொழுது அந்தக் கட்டி கண்டறியப்பட்டுள்ளது".

மருத்துவ சோதனைக்காக ஜான் ஹாப்கின்ஸ் மருத்துவமனைக்கு சென்ற ஹென்ரிட்டாவிற்கு கருப்பை வாய் புற்றுநோய் இருப்பது கண்டறியப்படுகிறது. பலவீனப்பட்டுப் போன அந்த பெண்ணின் உயிரை ஆக்கிரமிக்க புற்றுநோய் செல்கள் உடலெங்கும் பரவ ஆரம்பித்திருந்தன. இழப்பதற்கு உயிரைத் தவிர ஒன்றுமில்லாத அந்தப் பெண்ணிற்கு இந்த உலகிற்கு தான் வழங்குவதற்கென்று ஏராளம் இருந்தது தெரிந்திருக்கவில்லை. அந்த ஒன்றைத்தான் இந்த விஞ்ஞான உலகம் தனது ஆராய்ச்சிக்கு பயன்படுத்திக்கொள்ள முடிவு செய்தது. அவருடைய புற்றுநோய்க் கட்டியின் மாதிரி (Sample) எடுக்கப்பட்டு ஒரு சிறிய பாட்டிலில் அடைக்கப்பட்டு ஐஸ் பெட்டியில் வைக்கப்பட்டது; இனி ஹென்ரிட்டாவின் மரணத்திற்கான தூரம் ஜான் ஹாப்கின்ஸ் மருத்துவமனையைப் போல் அதிக தொலைவில் இருக்கப்போவதில்லை.

1951 அக்டோபர் *4* அன்று மரணித்தார் ஹென்ரிட்டா லேக்ஸ் என்கிற அந்தக் கருப்பினப் பெண். கறுப்பினத்தவர்களுக்கு மருத்துவம் பார்க்கிற ஒரே மருத்துவமனையான ஜான் ஹாப்கின்ஸ் மருத்துவமனையின் கடைசி சுற்று முயற்சிக்குப் பிறகு மரணித்தார் ஹென்ரிட்டா. ஜான் ஹாப்கின்ஸ் மருத்துவமனையில் கருப்பினத்தவர்களுக்கென்று ஒதுக்கப்படுகிற வண்ணம் பூசப்பட்ட ஒரு அறையில் நேரிட்ட ஹென்ரிட்டாவின் மரணம் வெறும் கல்லறையில் பதியப்படுவதற்கான நிகழ்வல்ல. மாறாக, விஞ்ஞான உலகின் அறிவு நேர்மையின்மையை சிலுவையில் அறையவிருந்த வரலாற்று நிகழ்வு.

ஹென்ரிட்டாவின் மரணத்திற்குப் பிறகு அவரது குடும்பத்தினர் ஆராய்ச்சி என்கிற பெயரில் விஞ்ஞானிகளால் வரவழைக்கப்பட்டு சோதித்துப் பார்க்கப்பட்டனர். ஹென்ரிட்டாவின் மரணத்திற்குக் காரணமான புற்றுநோய் செல்கள் இவர்களுக்கும் உருவாக சாத்தியமா என்பதை ஆராய்வதற்காகத்தான் தாங்கள் சோதனைக்கு உட்படுத்தப்படுவதாக அந்தக் குடும்பம் நம்பினாலும், ஹென்ரிட்டா வின் செல்களைக் கொண்டு மருத்துவ உலகம் பின்னர் செய்த ஆராய்ச்சியின் தொடர்ச்சி விட்டுபோகாமலிருக்கத்தான் அவரது குடும்பமும் பயன்படுத்தப்பட்டது என்கிற உண்மை ஹென்ரிட்டா இறந்து 25 ஆண்டுகள் கழித்தும் அந்தக் குடும்பத்திற்கு தெரியவே இல்லை!

ஹீலா செல்கள் மட்டும் சிறப்புத்தன்மை வாய்ந்த ஒன்றாக விஞ்ஞான உலகிற்கு வாய்த்தது வரலாற்றுத் திருப்பம். அப்படி என்ன சிறப்புத்தன்மை வாய்ந்த ஒன்றாக ஹீலா[3] (HELA) செல்கள் திகழ்ந்தன? விஞ்ஞானிகள் மனித செல்களை நீண்டகாலத்திற்கு ஆய்வகங்களில் சேமித்து வைக்க முயன்றாலும் அவைகள் ஒரு குறிப்பிட்ட காலத்திற்குப் பின் உயிர்வாழ்வதில்லை. அவைகள் அழிந்து விடுகின்றன. ஆனால் ஹென்ரிட்டாவின் உடலிருந்து எடுக்கப்பட்ட புற்றுநோய் செல்கள் மட்டும் தொடர்ந்து ஒவ்வொரு 24 மணி நேரத்திற்கும் பகுப்படைந்துகொண்டே இருக்கின்றன. அந்த வளர்ச்சி ஒரு போதும் தடைபடுவதில்லை. ஹீலா செல்கள் ஹென்ரிட்டாவின் உடம்பில் வாழ்ந்த காலத்தை விட ஆய்வகங்களில் வாழ்ந்த காலம்தான் மிக அதிகம்! மூன்று பத்தாண்டுகள் வாழ்ந்தவரின் செல்கள் கடந்த ஆறு பத்தாண்டுகளாக ஆய்வகங்களில் வாழ்ந்துகொண்டிருக்கின்றன! எனவேதான் ஹீலா செல்கள் இறவா செல்கள் என்றழைக்கப்படுகின்றன. இன்று உலகத்தில் எந்த ஒரு இடத்திலும் உள்ள திசு வளர்ப்பு நிலையத்திற்கு சென்று பார்த்தாலும் பில்லியன் கணக்கில் இல்லாவிட்டாலும் குறைந்தபட்சம் மில்லியன் கணக்கிலாவது ஹீலா செல்களைக் காணமுடியும்.

ஹென்ரிட்டாவின் உடலிருந்து எடுக்கப்பட்ட புற்றுநோய் செல்களிலிருந்து விஞ்ஞானிகள் வருவிக்கும் கணக்கீடுகள் நம்மை மலைக்கச் செய்கின்றன. இதுவரை ஆய்வகங்களில் பாதுகாத்து வளர்க்கப்பட்ட ஹீலா (HeLa) செல்களை ஒன்று திரட்டி எடை வைத்துப் பார்த்தால் அதன் எடை 50 மில்லியன் மெட்ரிக் டன்களுக்கு மேலாக இருக்குமாம்! மனித செல்லின் எடை ஏறக்குறைய ஒன்றுமில்லை என்பது குறிப்பிடத்தக்கது. வெறும்

ஐந்தடி, சில அங்குலம் உயரம் கொண்ட ஹென்ரிட்டாவிடமிருந்து எடுக்கப்பட்ட புற்றுநோய் செல்களை ஒரு பாயைப் போன்று கருதினால் அதனைக்கொண்டு இந்த பூமியை மூன்று முறை சுற்றி விடலாம்! இன்னும் என்னென்ன செய்தன இந்த செல்கள் என்பதை பின்வரும் அத்தியாயங்களில் பார்க்கலாம்.

குறிப்புகள்

1. சிபிலிஸ் - பால்வினை நோய். கருப்பினப் பெண்கள் பாலியல் தொழிலில் ஈடுபடுவார்கள் என்ற எண்ணத்தில் இந்தச் சோதனை செய்து பார்க்கப்பட்டது.

2. கொனோரியா - இதுவும் ஒரு வகை பால்வினை நோய்

3. ஹீலா செல்கள் - HeLa செல். அதாவது Henrietta Lacks Cell. ஹென்ரிட்டாவிடமிருந்து எடுக்கப்பட்ட செல்களின் தொடர்ச்சி செல்கள்.

பகுதி 1

ஹென்ரிட்டாவின் வாழ்க்கை

ஆகஸ்ட் *1, 1920*இல் விர்ஜினியாவில் (Virginia) ஹென்ரிட்டா பிறந்தார். அவருக்கு ஹென்ரிட்டா என்கிற பெயர் எப்படி வந்தது என்பது யாருக்கும் தெரியாது. இரயில் டெப்போவிற்கு அருகில் உள்ள ஒரு சிறிய குடிசையில் ஒரு மருத்துவச்சியின் உதவியோடு பிறந்தார் ஹென்ரிட்டா. அந்த இரயில் டெப்போவிற்கு ஒரு நாளைக்கு நூற்றுக்கணக்கான வாகனங்கள் அங்கு வந்திறங்கும் சரக்குகளை ஏற்றிச் செல்ல வந்து போகும். சரக்குகளை மட்டு மல்லாமல் அந்த பகுதியின் அமைதியையும் சேர்த்தே அவைகள் ஏற்றிப்போகும். இரைச்சலான சூழல். ஹென்ரிட்டாவின் தாய் எலிஸா லேக்ஸ் பிளசண்ட் (Eliza Lacks Pleasant) தனது பத்தாவது குழந்தையை பிரசவித்து இறக்கும் வரையில் அந்தக் குடும்பத்தில் உள்ள அனைவரும் அந்தக் குடிசையைத்தான் பகிர்ந்துகொண் டனர்.

ஹென்ரிட்டாவின் தந்தை ஜானி பிளசண்ட் (Johny Pleasant) ஒரு வேலையில்லா மனிதர். எலிஸாவைத் திருமணம் செய்யவேண்டும் என்பதற்காகவே தனது சகோதரனைக் கொன்றதாக அவர் பற்றி அவரது குடும்பத்திற்குள்ளேயே ஒரு கதை பரவியிருந்தது. குழந்தைகளை வளர்க்கிற அளவிற்கு பொறுமை இல்லாத அந்த மனிதர் எலிஸா இறந்ததும் தனது பத்துக் குழந்தைகளையும்

விர்ஜினியாவில் உள்ள கிளவர் (Clover) என்ற ஊருக்கு அழைத்துச் சென்றார். அங்குதான் அவரது குடும்பம் தங்களது முன்னோர்கள் அடிமைகளாக வேலைபார்த்த நிலங்களில் புகை யிலை பயிரிட்டு வாழ்க்கை நடத்திக்கொண்டிருந்தது. அந்த பத்துக் குழந்தைகளையும் ஒருவரே வளர்ப்பது சிரமம் என்பதால் அக்குழந்தைகள் அத்தையிடம் ஒருவர், அத்தை மகனிடம் ஒருவர் என்று உறவினர்களுக்கிடையே பகிர்ந்து கொள்ளப்பட்டனர். ஹென்ரிட்டா தனது தாத்தா டாமி லேக்ஸ் (Tomy Lacks) வசம் வந்து சேர்ந்தார்.

வீடு என்று அழைக்கக்கூடிய ஒன்றில் டாமி வாழ்ந்தார். இந்த வீடுதான் முன்பு அடிமைகளை அடைத்து வைக்கும் பட்டியாக இருந்தது. உயர்ந்த மலைகளுக்கு மத்தியில் அமைந்திருக்கும் சிற்றோடைகளிலிருந்து தண்ணீர் கொண்டுவருவதுதான் ஹென் ரிட்டாவின் வேலை. மலையிலிருந்து வீசும் காற்று அவர்கள் வீட்டுச் சுவரின் ஓட்டைகளில் நுழைந்து சுழன்றடிக்கும். வீடு எப்பொழுதும் குளிர்ச்சியாகவே இருக்கும். உறவினர்கள் யாரேனும் இறந்துவிட்டால் அவர்களின் உடல் வீட்டு வரந்தா வில் பல நாட்கள் கிடத்தி வைக்கப்படும். உறவினர்கள் அஞ் சலி செலுத்தியபிறகு வீட்டிற்குப் பின்பக்கம் அமைந்துள்ள கல்லறையில் அவர்கள் புதைக்கப்படுவது வழக்கம். இவர்களுக்கு இறந்த உடலை பாதுகாப்பதற்கென்று பிரத்யேகமாக ஐஸ் பெட்டி எதுவும் தேவையில்லை; மலைக் காற்று கொண்டுவரும் குளிர்ச்சியே போதும்.

ஜானி ப்ளசண்ட் ஹென்ரிட்டாவை டாமி வசம் ஒப்படைத்த போது அவளுக்கு வயது நான்கு. டேவிட் லேக்ஸ் என்கிற சிறுவனுக்கு வயது ஒன்பது. டாமியின் மகள்களில் ஒருவர் பிரசவித்த குழந்தைதான் டேவிட் லேக்ஸ். டேவிட்டை தனது தந்தை வசம் ஒப்படைத்துவிட்டு சென்று விட்டார் அந்தத் தாய். அந்தக் குழந்தையையும் டாமிதான் வளர்த்தார். ஹென்ரிட்டாவும் டேவிட்டும் ஒரே வீட்டில் வளர்ந்தாலும் தனது வாழ்வின் மிச்ச நாட்களை ஹென்ரிட்டா டேவிட்டோடுதான் கழிக்கப்போகிறாள் என்று எவரும் கணித்திருக்கவில்லை.

தினமும் காலை நான்கு மணிக்கு இருவரும் எழுந்துவிடுவர். பின்னர் பால் கறப்பார்கள்; கோழி, பன்றி, குதிரைகளுக்கு தீவன மிடுவார்கள். கீரை, பயிர், கொட்டைகள் வளர்க்கப்படும் தோட்டங் களை கீறிவிட்டு தண்ணீர் பாய்ச்சி பின்னர் தேயிலைத் தோட்டத்தை

நோக்கி பாலர் பட்டாளத்துடன் படையெடுப்பார்கள். டேவிட் நான்காம் கிரேடுடன் தனது பள்ளிப்படிப்பை முடித்துக்கொள்ள ஹென்ரிட்டாவின் படிப்பு ஆறாம் கிரேடு வரை தொடர்ந்தது. வீட்டு வேலை மற்றும் தோட்ட வேலை முடித்து பள்ளிக்குச் செல்வது என்பது ஹென்ரிட்டாவிற்கு ஒரு போராட்டமாகவே இருக்கும். மரத்தடியின் நிழலில் அமைந்திருக்கும் "வண்ணம் பூசப்பட்ட" மூன்று அறைகளைக் கொண்ட மரத்தாலான பண்ணை வீடுதான் பள்ளிக்கூடம். கருப்பின மக்கள் புழங்கும் அனைத்துக் கட்டடங்களுக்கும் தனி வண்ணம் பூசப்பட்டிருக்கும். பள்ளிக்கூடம் நோக்கி இரண்டு மைல் தொலைவுக்கு பயணிக்கும் இந்த கருப்பினப் பெண்ணை நோக்கி கற்களை வீசுவார்கள் வெள்ளையர்கள். இருப்பினும் பள்ளிப்படிப்பு தொடர்ந்தது. பள்ளி இல்லாத நாட்களில் ஹென்ரிட்டாவும் டேவிட்டும் நண்பர்களோடு தங்களது புகையிலை வயல்களில் புரண்டு விளையாடிக்கொகொண்டு கிடப்பார்கள்.

அறுவடை செய்த புகையிலையை விற்பதற்காகவே டாமி தனது குதிரை வண்டியில் எல்லாப் புகையிலைகளையும் பாரம் ஏற்றி தெற்கு பாஸ்டனை நோக்கிச் செல்வார். குதிரை வண்டி யில் புகையிலையைப் பரப்பி படுக்கையாக்கி படுக்க, தாத்தா டாமியோடு தெற்கு பாஸ்டனை நோக்கிச் செல்ல வாய்ப்பு கிடைத்த குழந்தைகள் பாக்கியசாலிகள். குதிரை வண்டி புகையிலைகளை ஏலம் எடுக்கும் சேமிப்பு கிடங்கை நோக்கி சென்றடையும் போது இருட்டிவிடும். சேமிப்புக்கிடங்கின் முதல் தளத்தில் அல்லது தனி அறைகளில் வெள்ளையினத்தவர் தங்கியிருப்பர். கேளிக்கைகளுக்குப் பஞ்சமில்லை. இரவு முழுவது சீட்டாட்டம், விபச்சாரம் களைகட்டும். சில சமயங்களில் கொலை கூட நடந்ததுண்டு. சேமிப்புக் கிடங்கின் கீழ் தளத்தில்தான் டாமி லேக்ஸ், ஹென்ரிட்டா மற்றும் கூட வந்த பிற குழந்தைகள் தூங்குவர். அழுக்குப் படிந்த தரை, குதிரைகள், கழுதைகள் மற்றும் நாய்களைப் பூட்டி வைக்க தற்காலிகமாக உருவாக்கப்பட்டிருந்த வரிசையாக அமைக்கப்பட்ட மரத்தாலான தடுப்புகள், மலைபோல் குவித்து வைக்கப்பட்ட காலிப் போத்தல்கள் இவைகளால் இவர்களின் தூக்கத்தை ஒன்றும் செய்துவிடமுடியாது.

ஏலம் போகாத புகையிலைச் செடிகளை ஏதேனும் ஒரு வெள்ளையரிடம் விற்று அதன் மூலம் பெற்ற காசைக் கொண்டு படம் பார்க்கக் கிளம்பிவிடுவார்கள் இந்தக் குழந்தைகள். கறுப் பினத்தவர்கள் சென்றவிடமெல்லாம் வண்ணம் பூசப்பட்ட

சா. சுரேஷ்

ஒதுக்கிடங்களில்தான் உட்கார முடியும். அது பள்ளிக்கூடமா கட்டும், மருத்துவமனையாகட்டும் அல்லது திரையரங்காகட்டும்.

ஹென்ரிட்டா வாழ்ந்த அந்த நகரில் அவள்தான் மிகச்சிறந்த அழகி. அவளது வால்நட் கொட்டையை ஒத்த கண்களுக்கு மயங்காதவர்கள் இல்லை. ஹென்ரிட்டாவின் இன்னொரு உறவுப் பையனான கிரேசி ஜோவும் (Crazy Joe) இதற்கு விதிவிலக்கல்ல. ஹென்ரிட்டா மீது பைத்தியமாய் இருந்தான். ஒரு முறை என்னை காதலிக்கவில்லை என்றால் நான் இறந்துவிடுவேன் என்று கூறி பனி உறைந்திருந்த குளத்தில் குதித்து வெளியில் வர முடியாது என்று அடம்பிடிக்கும் அளவிற்குச் சென்றுவிட்டான்.

ஹென்ரிட்டாவோடு சில முத்தங்களைப் பரிமாறிக்கொண்ட தோடு சரி. அதன் பிறகு ஜோ பற்றி எந்தத் தகவலும் இல்லை. ஆனால் டேவிட் மற்றும் ஹென்ரிட்டா இடையேயான காதல் யாரையும் ஆச்சரியமடையச் செய்யவில்லை. ஏனென்றால் இருவரும் சிறுவயதிலிருந்தே பழகியவர்கள். பால்யகால நட்பு காதலாக பரிணமிப்பதில் அவர்களும் நம்பிக்கை கொண்டிருந் தார்கள் போலும்! ஹென்ரிட்டாவின் முதல் மகன் லாரன்ஸ் ஹென்ரிட்டாவின் பதினான்காவது பிறந்தநாள் முடிந்து ஒரு மாதம் கழித்து பிறந்தான். நான்கு வருடங்கள் கழித்து தனது மகள் லூசைல் எல்சி பிளசண்டை (Lucile Elsie Plesant) பிரசவித்தாள். அவள் வீட்டில் நிகழ்ந்த எந்த ஒரு பிரசவமும் ஒரு தாதியின் முன்னிலையில் நடந்ததில்லை. வீடு என்று நம்பப்படுகிற ஒன்றின் தரையில் விரித்துப் போடப்பட்ட துணியில், பிரசவ வலியின் உக்கிரத்தை தணிக்க தோதாக பிடித்துக்கொள்ள எந்த ஒரு பிடிமானமுமின்றி ஒரு நிராதரவான சூழலில்தான் எல்லாப் பிரசவங்களும் நடந்தேறியுள்ளன.

ஹென்ரிட்டா டேவிட்டைத் திருமணம் செய்துகொள்ளப் போகிறாள் என்ற தகவல் கிடைத்ததும் ஒரு கத்தியை எடுத்து தனது நெஞ்சில் குத்திக்கொண்டு உடலை இரத்தத்தால் நனைத்து அனைவரையும் திகிலூட்டினான் ஜோ. அவனது தந்தை அவனை அடித்து ஒரு காரில் அடைத்து மருத்துவமனைக்குக் கொண்டு போய் சேர்த்தார். ஹென்ரிட்டா என்கிற அந்த தேவதையின் திருமணத்தைத் தடுத்து நிறுத்த ஜோ மட்டும் முயலவில்லை அவள் மேல் ஆசை கொண்ட பலரும் முயற்சித்தனர். இருப்பினும் ஹென்ரிட்டா லேக்ஸ் மற்றும் டேவிட் லேக்ஸ் திருமணம் ஏப்ரல் *10, 1941*இல் நடந்தது. அப்பொழுது ஹென்ரிட்டாவின் வயது

20; டேவிட்டுக்கு வயது 24. அதற்கு முன்பே இருவரும் இரண்டு குழந்தைகளுக்கு பெற்றோர்களாகியிருந்தனர்!

திருமணத்திற்குப் பிறகு இருவரும் கூட்டாக உழைக்க ஆரம்பித்தனர். உடைந்து ஒட்டுப்போடப்பட்ட ஏரை முன்னோக்கி டேவிட் இழுத்துச்செல்ல கொழுவால் பிளந்துபோடப்பட்ட செந்நிற வாய்க்காலில் புகையிலை விதையை தூவிக்கொண்டே செல்வாள் ஹென்ரிட்டா. வருமானம் போதவில்லை. இவர்களுடைய இன்னொரு உறவினனான பிரெட் காரெட் (Fred Garret) வருமானம் பார்ப்பதற்காக "வண்ணம் தீட்டப்பட்ட" ஒரு கடையை ஆரம்பித்தான். வாடிக்கையாளர்கள் எல்லாம் "நாளை தருகிறேன்" வகை வாடிக்கையாளர்களாய் இருந்தார்கள். பின்னர் வருமானத்திற்காக இவர்கள் நெருப்பு வெளிச்சத்திற்கு முன்னால் நடனமாடினார்கள். பல முறை ஹென்ரிட்டாவும் அதில் நடனமாடுவாள். அதிலும் பெரிதாக எதுவும் தேறவில்லை.

நடனமாடி வசூலித்ததில் மிஞ்சிய கடைசி மூன்று டாலர்களைக் கொண்டு ஒரு புதிய வாழ்க்கைக்கான டிக்கெட்டை எடுத்தான் பிரெட். அதாவது தனது மற்ற உறவினர்களைப் போன்று தானும் பெத்லேகம் இரும்புக் கம்பெனியில்[1] (Bethleham Steel Company) பணிபுரியக் கிளம்பினான். அங்கு கருப்பினத் தொழிலாளர்கள் தங்குகின்ற இடம் டர்னர் ஸ்டேசன் (Turner Station) என்றழைக்கப்படும். 1800களில் குறைந்தளவிலான மக்கள் தொகையைக் கொண்டிருந்தது இந்த இடம். அடிப்படை வசதி என்று எதுவுமில்லை. முதல் உலகப் போரின்போது இரும்பிற்கான தேவை அதிகரித்தபோது டர்னர் ஸ்டேசன் கருப்பினத் தொழிலாளர்களால் நிரம்பி வழிந்தது. இரண்டாம் உலகப் போர் ஆரம்பிப்பதற்கு சில வருடங்களுக்கு முன்புதான் டர்னர் ஸ்டேசனுக்கென்று சில சாலைகளும், ஒரு கடையும், ஒரு ஐஸ் விற்பவரும், ஒரு மருத்துவரும், வந்து சேர்ந்தனர்! தண்ணீர் வசதி, கழிவுநீர் வசதி, பள்ளிக்கூட வசதி என எதுவுமில்லை. ஜப்பான் பியர்ல் ஹார்பர் மீது குண்டுவீசி தாக்கியதுதான் தாமதம். டர்னர் ஸ்டேசனுக்கு அடித்தது இலாபம்! இரும்பிற்கான தேவை விண்ணைத் தொட்டது. தொழிலாளர்களுக்கான தேவையை கேட்கவா வேண்டும்!

கருப்பினத் தொழிலாளர்கள் டர்னர் ஸ்டேசன் வந்து குவிந்தார்கள். பெத்லேகம் இரும்பு உற்பத்தித் தொழிற்சாலையில் கொழுந்து விட்டெறியும் நெருப்பைப் போன்று, தீப்பெட்டி

அளவிற்கான சிறிய ஆஸ்பெஸ்டாஸ் கொட்டகையில் அடைக்கப்
பட்ட தொழிலாளர்கள் மத்தியிலும் தங்களது வருமானம் குறித்த
நம்பிக்கையும் கொழுந்து விட்டெரிந்தது. உலகின் புகழ்பெற்ற
இரும்பு உற்பத்தி நிலையமாக பரிமளித்தது பெத்லேகம் தொழிற்
சாலை. ஒவ்வொரு வருடமும் எட்டு மில்லியன் டன் இரும்பை
உற்பத்தி செய்ய ஆறு மில்லியன் டன் நிலக்கரியை எரித்தது
இத்தொழிற்சாலை. 30000 தொழிலாளர்கள் பயன்படுத்தப்பட்டனர்.
முதலாளிகளைப் பொறுத்தவரை பெத்லேகம் இரும்புத் தொழிற்
சாலை என்பது ஒரு தங்கச் சுரங்கம்.

வெள்ளையினத்தவர் தொட மறுக்கிற அனைத்து வேலை
களையும் கருப்பினத் தொழிலாளர்கள்தான் செய்வார்கள். இயந்திர
கொதிகலன் அறையில் நின்று உலைக்களத்தினுள் நிலக்கரியை
வாரிப் போட வேண்டும். நாள் முழுவதும் நச்சுப் புகையையும்,
தூசியையும் சுவாசிக்கும் இவர்கள் இவைகளை தங்களது
வீடுகளுக்கும் கொண்டுசெல்வார்கள். இவர்களின் சட்டையில்
படிந்துள்ள தூசுகளைத் தட்டி துவைக்கும் போது அவர்களின்
குடும்பத்திற்கும் அந்த நச்சு பரிமாற்றம் செய்யப்படும்! கருப்பினத்
தொழிலாளர்களுக்கு ஒரு மணிக்கு 80 செண்டுகள் (அமெரிக்க
நாணயம் டாலரில் 100இல் ஒரு பகுதி) அளிக்கப்படும். இது
வெள்ளையினத்தவர்களுக்கு அளிக்கப்படுவதை விட குறைவுதான்.
பிரெட் இது குறித்து ஒரு முறை கூட முணுமுணுத்ததில்லை.
ஏனென்றால் பிரெட் தனது வாழ்நாளில் ஒரு மணிக்கு 80
செண்டுகள் சம்பாதித்ததே இல்லை.

ஒரு நாள் மாலை பிரெட் டேவிட்டுக்காக பால்டிமோருக்கு[2]
(Baltimore) ஒரு டிக்கெட் வாங்கினான். பால்டிமோரில்தான்
அந்த இரும்பு உற்பத்தித் தொழிற்சாலை இருந்தது. அதில்
வேலைபார்க்க டேவிட் கிளம்பிச் சென்றுவிட்டான். பால்டி
மோரில் தங்களுக்கென்று ஒரு வீடு கட்டிக்கொள்ளும் வரை
ஹென்ரிட்டா குழந்தைகளைப் பார்த்துக்கொண்டு கிளவரில்
இருப்பதாக முடிவெடுக்கப்பட்டது. சில மாதங்கள் கழித்து பிரெட்
வெளிநாட்டிற்குச் சென்றுவிட்டான். பிரெட் கிளம்பும்போது
தான் சேமித்து வைத்திருந்த பணம் அனைத்தையும் டேவிட் வசம்
கொடுத்து ஹென்ரிட்டாவையும் அவனோடு அழைத்துக்கொள்ளச்
சொல்லிவிட்டுச் சென்றான்.

இருபக்கமும் ஒவ்வொரு குழந்தையோடு நிலக்கரி நிரப்பப்பட்ட
இரயிலில் ஏறி அமர்கிறாள் ஹென்ரிட்டா. ஒரு அட்டையைப்

போல ஊர்ந்துசெல்லும் இரயிலின் வேகத்தோடு ஹென்ரிட்டாவின் பால்யகால புகையிலை வயல்கள், வெப்பமூட்டிய மதியப் பொழுதுகளில் நிழல் தந்த ஓக் மரம் எல்லாம் மறைந்துபோயின. ஒரு புதிய வாழ்க்கைக்கான நம்பிக்கையோடு பால்டிமோர் நோக்கி பயணிக்கிறாள் ஹென்ரிட்டா.

குறிப்புகள்

1. பெத்லேகம் இரும்புக் கம்பெனி-அமெரிக்காவின் இரண்டாவது பெரிய இரும்பு உற்பத்தி நிறுவனம். தற்பொழுது திவாலாகிவிட்டது.

2. பால்டிமோர்-அமெரிக்க மெரிலேண்ட் மாநிலத்தில் உள்ள ஒரு மாவட்டம். (County)

புற்றுநோயின் கோரப்பிடியில் ஹென்ரிட்டா லேக்ஸ்

ஹாப்கின்ஸ் மருத்துவமனைக்கு சோதனைக்குச் சென்ற பிறகு ஹென்ரிட்டா வழக்கம் போல் தனது கடமைகளைச் செய்து வந்தார். குழந்தைகளை கவனித்துக்கொள்வது டேவிட்டுக்கு சமைத்துப் போடுவது இத்தியாதி இத்தியாதி... சில தினங்களில் சோதனை முடிவு வந்து சேர்ந்தது. அதில் "எபிடெர்மாய்டு கார்சினோமா[1] (Epidermoid Carcinoma)" என்கிற ஒரு வகை புற்றுநோய் ஹென்ரிட்டாவின் கருப்பை வாயில் உருவாகியிருப்பதாகக் கூறப்பட்டிருந்தது.

ஒரு தனி செல் (Single Cell) அதற்கு ஒதுக்கப்பட்டுள்ள பணியி லிருந்து தவறும்பொழுதுதான் எல்லா வகை புற்றுநோய்களும் உருவாகின்றன. பெரும்பாலான கருப்பை வாய்ப் புற்றுநோய்கள் கார்சினோமா[2] வகை புற்றுநோய்கள்தான். கருப்பை வாய் மற்றும் அதன் புறப்பரப்பை பாதுகாக்கும் பணியில் ஈடுபட்டுள்ள எபி தீலிய செல்[3] களிருந்துதான் இப்புற்றுநோய் செல்கள் வளர்கின்றன. ஹாப்கின்ஸ் மருத்துவமனையில் சிகிச்சைக்காக ஹென்ரிட்டா சேர்ந்தபொழுது அம்மருத்துவமனையைச் சேர்ந்த டாக்டர் ஜோன்ஸ் அவர்களுக்கும் அம்மருத்துவமனையின் தலைவர் ரிச்சர்டு வெஸ்லி டிலிண்டேவிற்கும் (Richard Wesly TeLinde) எது கருப்பை வாய்ப் புற்றுநோய், அதற்கு எப்படி சிகிச்சையளிப்பது

என்பது பற்றி ஒரு வாக்குவாதம் உருவாகி அது சர்வதேச அளவில் தாக்கத்தை ஏற்படுத்திக்கொண்டிருந்தது.

டிலிண்டே ஒரு புகழ்பெற்ற புற்றுநோய் நிபுணர். அவரை எல்லோரும் அங்கிள் டிக் என்று அழைப்பர். இறுதி மாதவிடாய் பிரச்சினைகளுக்கு சிகைச்சையளிப்பதற்காக ஈஸ்ட்ரோஜனை[4] (Estrogen) பயன்படுத்தியதில் முன்னோடியாக திகழ்ந்தவர். எண்டோமெட்ரியோசிஸ்[5] பற்றி மிக முக்கியமான ஆரம்பகால கண்டுபிடிப்புகளை மேற்கொண்டவர். மகளிர் நோய்கள் குறித்து அவர் எழுதிய புத்தகம் இன்றளவும் பயன்படுத்தப்பட்டு வருவது கூடுதல் சிறப்பு. மொரோக்கோ நாட்டு அரசரின் மனைவி உடல் நலமின்றி இருந்தபொழுது அவருக்கு சிகிச்சையளிக்க டிலிண்டே தான் அழைக்கப்பட்டார் என்பதிலிருந்து அவரது சர்வதேச புகழை அறிந்து கொள்ளலாம். சிகிச்சைக்காக ஹாப்கின்ஸ் மருத்து வமனையில் ஹென்ரிட்டா சேர்ந்த பொழுது கருப்பை வாய்ப் புற்றுநோய் பற்றி டிலிண்டே ஒரு கோட்பாட்டை உருவாக்கி இருந்தார். அந்தக் கோட்பாடு சரியானதாக இருந்தால் பல பெண்கள் காப்பாற்றப்படுவார்கள் என்றும் நம்பினார். ஆனால் வெகு சிலரே அதனை நம்பினர் என்பது வேறு கதை.

கருப்பை வாய்ப் புற்றுநோய் பல வகைகளைக் கொண்டது. அவைகளை இரண்டு வகைகளாகப் பிரிக்கலாம்: ஒன்று இன்வேசிவ் கார்சினோமா[6] (Invasive Carcinoma); மற்றொன்று நான் இன்வேசிவ் கார்சினோமா[7] (Non-Invasive Carcinoma). முதலாவது வகைப் புற்றுநோய் செல்கள் கருப்பை வாயின் புறப்பரப்பில் ஊடுருவிச் செல்லும் தன்மை கொண்டவை. இரண்டாவது வகை அவ்வாறு ஊடுருவாத் தன்மை கொண்டது. நான் இன்வேசிவ் கார்சினோமாவின் அதிகாரப்பூர்வ பெயர் கார்சினோமா இன் சித்து[8] (Carcinoma in Situ). “புற்றுநோய் அதன் மூல இடத்திலிருந்து” என்று லத்தீன் மொழியில் இதற்கு அர்த்தம்.

*1950*களில் பெரும்பாலான மருத்துவர்கள் இன்வேசிவ் கார்சி னோமா உயிருக்கு ஆபத்து விளைவிக்கக் கூடிய புற்றுநோய் என்றும் நான்இன்வேசிவ் கார்சினோமா அத்தகைய தன்மையற்ற ஒன்று என்றும் நம்பினர். எனவே மருத்துவர்கள் இன்வேசிவ் கார்சினோமா புற்றுநோய்க்கு அதிக முக்கியத்துவம் கொடுத்து சிகிச்சையளித்தார்கள். நான் இன்வேசிவ் கார்சினோமா வகை புற்றுநோய் உடலின் மற்ற பாகங்களுக்கு பரவாது என்கிற நம்பிக்கையில் அதற்கு அதிக முக்கியத்துவம் கொடுக்கவில்லை.

ஆனால் டிலிண்டே இதனை ஒத்துக்கொள்ளவில்லை. நான் இன்வேசிவ் கார்சினோமா வகைப் புற்றுநோய் என்பது இன்வேசிவ் கார்சினோமா வகைப் புற்றுநோய்க்கான அறிகுறிதான் என்று கூறி அதற்கு கடுமையாக சிகிச்சையளிக்க ஆரம்பித்தார். சில சமயங்களில் அறுவை சிகிச்சையில் கருப்பை வாய், கருப்பை மற்றும் பெண்குறியின் பெரும் பகுதி ஆகியவற்றை நீக்கியும் விட்டார். இது கருப்பை வாய்ப் புற்றுநோயை கணிசமாகக் குறைக்கும் என்றும் வாதிட்டார். ஆனால் இது தேவையற்றது மற்றும் கடுமையானது என்றும் பலர் அவரை விமர்சித்தனர்.

புற்றுநோய் சிகிச்சையில் பாப் சிமியர்[9] (Pap Smear) என்கிற பெயர் முக்கியமான ஒன்று. 1941 இல் ஜார்ஜ் பாபாநிகோலாவ் (George Papanicolaou) என்கிற கிரேக்க ஆராய்ச்சியாளர் உருவாக்கிய சோதனைதான் இது. சுரண்டி எடுக்கப்பட்ட கருப்பை வாய்ச் செல்களைக் கொண்டு சில வருடங்களுக்கு முன்பு டிலிண்டே மற்றும் சிலர் கண்டறிந்திருந்த புற்றுநோய்க்கு முந்தைய மாற்றங்களை (Pre-Cancerous Changes) நுண்ணோக்கியின் மூலம் ஆராய்வதுதான் இந்தச் சோதனை. இதற்குதான் பாப் சிமியர் என்று பெயர். உண்மையில் இது ஒரு அற்புதமான கண்டுபிடிப்பு. ஏனென்றால் இதற்கு முன்பு புற்றுநோய்க்கு முந்தைய செல்களை வெறும் கண்ணால் பார்ப்பது என்பது சாத்தியமில்லாத ஒன்று. பாப் சிமியர் சோதனை வழியாக புற்றுநோய்க்கு முந்தைய நிலையிலான செல்கள் கண்டறியப்பட்டு கருப்பை நீக்கப்படுவதன் மூலம் கருப்பை வாய்ப் புற்றுநோய் தடுக்கக்கூடியதாக இருக்கும்.

அந்த நேரத்தில் ஒவ்வொரு வருடமும் கருப்பை வாய்ப் புற்றுநோயால் 15000 பேர் இறந்து கொண்டிருந்தனர். இந்தச் சோதனையைப் பயன்படுத்துவதன் மூலம் சாவின் எண்ணிக்கையை 70 விழுக்காடு குறைக்க முடியும். ஆனால் அதிலும் இரண்டு சிக்கல்கள் இருந்தன. ஒன்று ஹென்ரிட்டா போன்ற ஏழைகள் மற்றும் கருப்பினத்தவருக்கு அத்தகைய சோதனை எட்டாத தூரத்தில் இருந்தது; இன்னொன்று, சோதனை முடிவுகளை மிகத்துல்லியமாக வெளிக்கொணர எல்லா மருத்துவர்களாலும் முடியவில்லை. ஏனென்றால் நுண்ணோக்கியின் கீழ் கருப்பை வாய்ப் புற்றுநோயின் பல்வேறு கட்டங்கள் எவ்வாறு புலப்படும் என்று பலருக்குத் தெரியவில்லை அல்லது பயிற்றுவிக்கப்படவில்லை.

சில மருத்துவர்கள் கருப்பை வாய் நோய்த்தொற்றை (Uterus Infection) புற்றுநோய் என்று தவறாகப் புரிந்துகொண்டு ஒட்டு

மொத்த இனப்பெருக்க உறுப்பையே நீக்கிவிட்ட நிகழ்வுகளும், சில மருத்துவர்கள் புற்றுநோய் முற்றிய நிலையில் (Malignant) வரும் பெண்களுக்கு வெறும் நோயெதிர்ப்பு (Antibiotics) மருந்துகளை எழுதிக் கொடுத்து அனுப்பிவிடுகிற நிகழ்வுகளும் இருந்தன. ஒரு வேளை புற்றுநோயிற்கு முந்தைய மாற்றங்களை கண்டறிந்தாலும் அதற்கு எவ்வாறு சிகிச்சையளிப்பது என்றும் அவர்களுக்கு தெரியவில்லை.

“முறையற்ற வகையிலான கருப்பை நீக்கம்” என்று பலர் அவரை விமர்சித்ததால் எது கருப்பை வாய்ப் புற்றுநோய் என்பதை நிறுவுவதில் அதிக சிரத்தை எடுத்துக்கொண்டார் டிலிண்டே (முறையான வகையில் கருப்பை நீக்குவதை ஆதரிக்கிறார் லிண்டே!). அறுவை சிகிச்சைக்கு முன்பு பாப் சிமியர் சோதனை முடிவோடு திசு சோதனை (Biopsy) முடிவையும் ஒப்பிட்டுப் பார்க்க வேண்டும் என்றும் வாதிட்டார். ‘கார்சினோமா இன் சித்து’ வினால் பாதிக்கப்பட்ட பெண்களுக்கு கடுமையான சிகிச்சை அளிக்க வேண்டும், அதன் மூலம் அது ‘இன்வேசிவ் கார்சினோமா’ வாக மாறாமல் இருக்கும் என்பதையும் நிரூபிக்க உறுதி பூண்டார் இவர்.

கார்சினோமா இன் சித்து பற்றி நோய்க்குறியியல் வல்லுனர்கள் மத்தியில் டிலிண்டே தனது விவாதத்தை முன்வைத்த போது பார்வையாளார்கள் அவரை மேடையிலிருந்து கீழே இறங்கிப் போகுமளவிற்கு செய்துவிட்டார்கள். அவர்களெல்லாம் தவறு செய்கிறார்கள் என்பதை நிரூபிக்க வேண்டுமென்று உறுதி எடுத்துக்கொண்ட டிலிண்டே, ஹாப்கின்ஸ் மருத்துவமனை பதிவேடுகள் மற்றும் திசு பரிசோதனை முடிவுகளையும் ஆராய முடிவு செய்தார். இதன் மூலம் அந்த மருத்துவமனையில் இன்வேசிவ் கார்சினோமாவால் பாதிக்கப்பட்டு அனுமதிக்கப்பட்டவர்களில் எத்தனை பேர் கார்சினோமா இன் சித்துவாலும் (அதாவது நான் - இன்வேசிவ் கார்சினோமா) பாதிக்கப்பட்டிருந்தார்கள் என்பதைக் கண்டறிய முடியும்.

பல மருத்துவர்கள் செய்ததுபோன்று டிலிண்டேயும் பொதுவார்டு களில் அனுமதிக்கப்பட்டிருந்தவர்களை அவர்களுக்குத் தெரியா மலேயே தனது ஆராய்ச்சிக்காகப் பயன்படுத்திக்கொண்டார். பொது வார்டுகளில் பணமில்லாமல் சிகிச்சை பெறுபவர்களை ஆய்வுப் பொருள்களாக பயன்படுத்திக்கொள்வது சரியானது தான் என்று பல மருத்துவர்கள் நம்பினர். ஒரு முறை ஹவார்டு

ஜோன்ஸ் பின்வருமாறு எழுதியிருந்தார்: “ஏழைக் கருப்பினத்தவர் நிரம்பி வழியும் ஹாப்கின்ஸ் மருத்துவமனையில் சோதனை பொருள்களுக்கு பஞ்சமே இல்லை”.

டிலிண்டே நடத்திய ஆய்வில் இன்வேசிவ் கார்சினோமாவால் பாதிக்கப்பட்டவர்களில் 62 விழுக்காட்டினர் ஏற்கனவே கார்சினோமா இன் சித்துவாலும் பாதிக்கப்பட்டிருக்கின்றனர் என்று கண்டறியப்பட்டது. இந்த ஆய்வின் தொடர்ச்சியாக நோய் பாதிக்கப்படாத சாதாரண கருப்பை வாய் செல்லை வளர்ப்பதன் மூலம், அந்த செல் மற்றும் ஏற்கனவே கூறப்பட்ட இன்வேசிவ் கார்சினோமா, கார்சினோமா இன் சித்து ஆகிய மூன்று செல்களையும் ஒப்பிட்டுப் பார்க்க முடியும். இன்வேசிவ் கார்சினோமா, கார்சினோமா இன் சித்து செல்கள் ஆய்வகத்தில் ஒரே மாதிரியாகத் தோன்றினால், வினையாற்றினால் தான் சொன்னதுதான் சரி, தன்னைப் புறக்கணித்த மருத்துவர்கள் அவர்களது நோயாளிகளை கொன்றுகொண்டிருக்கிறார்கள் என்று டிலிண்டேவால் நிரூபிக்க முடியும். எனவே டிலிண்டே ஹாப்கின்ஸ் மருத்துவமனை திசு வளர்ப்புத் துறையின் தலைவர் ஜார்ஜ் கே (George Gey) அவர்களை அழைத்தார்.

கே மற்றும் அவரது மனைவி மார்க்கெரட் இருவரும் கடந்த முப்பது வருடங்களாக புற்றுநோய்க்கான காரணங்கள் மற்றும் அதனை எவ்வாறு குணப்படுத்துவது என்பது பற்றி அறிவதற்காக புற்றுநோய் செல்களை உடலுக்கு வெளியே வளர் ஊடகத்தில் (Culture Medium) வளர்க்க முயன்றுகொண்டிருந்தார்கள். ஆனால் பெரும்பாலான செல்கள் இறந்தன. உயிர்த்திருந்த செல்கள் அரிதாகவே வளர்ந்தன. ஆனால் இருவரும் இறவாத் தன்மை கொண்ட முதல் மனித செல்களை வளர்த்தெடுப்பதில் தீவிரமாக இருந்தார்கள். 1943இல் இறவாத்தன்மை (Immortal) கொண்ட எலி செல்களை வளர்த்தெடுப்பதில் ஒரு ஆராய்ச்சியாளர்கள் குழு வெற்றி பெற்றிருந்தது குறிப்பிடத்தக்கது. ஆகவே வளர்ச்சியின் அடுத்த கட்டமாக இந்தத் தம்பதியினர் மனித செல்களை உருவாக்க கடும் பிரயத்தனம் மேற்கொண்டிருந்தனர்.

தனக்கு அளிக்கப்படுவது எத்தகைய தன்மை கொண்ட மனித செல்களாக இருந்தாலும் அதனை ஒரு பருந்தைப் போன்று லபக்கென பறித்துக்கொள்ள கே எப்பொழுதும் தயாராக இருந்தார். டிலிண்டே கருப்பை வாய்ப் புற்றுநோய் செல்களைத் தர தயாராக இருந்த போது அவர் மறுப்பாரா என்ன? ஏற்கனவே ஹாப்கின்ஸ்

மருத்துவமனைக்கு வரும் புற்றுநோயாளிகளிடமிருந்து செல்களை சேமிக்க ஆரம்பித்திருந்தார் டிலிண்டே. ஹென்ரிட்டாவின் செல் களையும்தான்.

ஹென்ரிட்டாவின் சோதனை முடிவுகள் வந்தவுடன் டாக்டர் ஜோன்ஸ் அவரை அழைத்து உனக்கு புற்றுநோய் என்று கூறி னார். ஜோன்ஸ் என்ன சொல்கிறார் என்பது பற்றி எதுவும் ஹென்ரிட்டா கேட்கவில்லை. அவருக்கு என்ன என்பது பற்றி அவரது உறவினர்கள் யாருக்கும் புரியாததால் ஹென்ரிட்டா நிலைகுலைந்தும் போகவில்லை. அன்று இரவு தனது கணவனிடம் "டாக்டர் மீண்டும் என்னை சோதித்து மருந்து கொடுக்க வேண்டும் என்கிறார், எனவே நான் நாளை மருத்துவமனைக்குச் செல்லவேண்டும்" என்று மட்டும் கூறினார் ஹென்ரிட்டா.

மருத்துவமனை வரவேற்பறையில் தான் சோதனைக்காக வந்திருப்பதாகக் கூறியதும் ஹென்ரிட்டாவிடம் ஒரு படிவத்தில் கையெழுத்து வாங்கி அதில் ஒரு சாட்சியின் கையெழுத்தையும் பெற்றுக்கொண்டது மருத்துவமனை நிர்வாகம். பின்னர் கருப்பினத் தவருக்கான வார்டில் அனுமதிக்கப்பட்டார் ஹென்ரிட்டா. அவர் தனது வாழ்நாளில் பார்க்காத சோதனைகள் (Test) யாவும் அவர் மீது நிகழ்த்தப்பட்டன.

ஹென்ரிட்டா மருத்துவமனையில் தங்கிய இரண்டாம் நாள் இரவு சற்று முன்னதாகவே அவருக்கு இரவு உணவு வழங்கப் பட்டது. அதிகாலையில் அறுவை சிகிச்சை என்பதால் காலையில் வயிறு காலியாக இருக்க வேண்டும் என்பதற்காக முன்ன தாகவே உணவு கொடுக்கப்பட்டது. ஹென்ரிட்டா இன்வேசிவ் கார்சினோமாவால் பாதிக்கப்பட்டிருந்ததால் எல்லா மருத்துவ மனைகளிலும் நிலவிய வழக்கத்தின்படி அவருக்கு ரேடியம் கொண்டு சிகிச்சையளிக்கப்பட்டது.

1800களில் ரேடியம் கண்டுபிடிக்கப்பட்ட போது அதுதான் வாயு, மின்சாரம் போன்றவற்றிற்கான மாற்று மற்றும் அனைத்து வகையான நோய்களுக்குமான தீர்வு என்று எல்லா பத்திரிக் கைகளும் எழுதின. கடிகார முட்கள் இரவில் மின்னுவதற்கும் ரேடியம் பயன்படுத்தப்பட்டது; காதில் ஒரு தொற்றுநோய் ஏற்பட்டிருந்தாலும் அதற்கும் ரேடியம் பயன்படுத்தப்பட்டது. ஆனால் ரேடியம் தன்னெதிரே வரும் அனைத்து செல்களையும் அழித்து விடும் தன்மை கொண்டது. அது திடீர் மாற்றங்களை

ஏற்படுத்துவதன் மூலம் புற்றுநோய் உருவாக்கும் தன்மையும் கொண்டது. அதிகளவிலான ரேடியம் மனிதனின் தோலைக் கூட எரித்துவிடக்கூடியது. அதேவேளை இது புற்றுநோய் செல்களையும் கொல்கிறது!

ஹவார்டு கெல்லி (Howard Kelly) என்கிற ஒரு மருத்துவர் ரேடியத்தைக் கண்டுபிடித்த கியூரி மற்றும் பியரி கியூரி ஆகியோரை சந்தித்த பிறகு 1900களில் ஹாப்கின்ஸ் மருத்துவமனை கருப்பை வாய்ப் புற்றுநோய் சிகிச்சையில் ரேடியத்தைப் பயன்படுத்த ஆரம்பித்திருந்தது. ரேடியத்தினுடனான தொடர்பினால் ஏற்படும் ஆபத்தைப் பற்றி உணராமல் கெல்லி உலகம் முழுவதும் சுற்றுப்பயணம் மேற்கொண்டு ரேடியத்தைச் சேகரித்து வந்து கொண்டிருந்தார். 1940களில் பல்வேறு ஆய்வுகளும் கருப்பை வாய்ப் புற்றுநோய் சிகிச்சைக்காக ரேடியம் பயன்படுத்தப்படலாம் என்றே கூறின. அறுவை சிகிச்சையை விட ரேடியம் மிகவும் பாதுகாப்பானது என்றும் ஆய்வு முடிவுகள் கூறியிருந்தன.

மறுநாள் காலை சிகிச்சைக்காக தயாரானார் ஹென்ரிட்டா. சின்ன சோதனைக்குழாய்களில் அடைக்கப்பட்டு ரேடியம் ஒரு பெரிய தட்டில் வைத்து எடுத்து வரப்பட்டது. இரண்டாவது தளத்தில் உள்ள "வண்ணம்பூசப்பட்ட அறையில்" மயக்கமாகக் கிடந்தார் ஹென்ரிட்டா. அறை முழுதும் பளிச்சென்ற வெளிச்சம். வெள்ளை இனத்தைச் சேர்ந்த மருத்துவர்கள் மற்றும் செவிலியர்கள் அனைவரும் வெள்ளை ஆடையில் இருந்தனர். டாக்டர் லாரன்ஸ் வார்ட்டன் ஜூனியர் (Lawrence Wharton Jr) சிகிச்சை யளிக்கத் தயாரானார்.

ஹென்ரிட்டா கட்டிலில் காலை விரித்த வண்ணம் கிடத்தப் பட்டிருந்தார். இரண்டு கால்களுக்கு மத்தியில் ஒரு நாற்காலியைப் போட்டு உட்கார்ந்த வார்ட்டன் ஹென்ரிட்டாவின் கருப்பையை உற்றுப் பார்த்து பின்னர் அதனை சற்று தளர்த்தி விட்டார். டிலிண்டே ஹென்ரிட்டாவிடமிருந்து சோதனை மாதிரிகளைச் சேகரிக்கிறார் என்றோ அதற்கு அவர் இசைவு தெரிவித் திருக்கிறாரா என்பது பற்றி யாரும் ஹென்ரிட்டாவிடம் வாயைத் திறக்கவில்லை. வார்ட்டன் ஒரு கூர்மையான கத்தியைக் கொண்டு ஹென்ரிட்டா கருப்பை வாயில் உள்ள கட்டியிலிருந்து ஒரு கால் காசு அளவிற்கு வெட்டி எடுத்தார். பின்னர் கருப்பை வாயின் இன்னொரு பக்கம் ஆரோக்கியமாக உள்ள திசுக்களையும் வெட்டி எடுத்தார். மாதிரிகளை ஒரு கண்ணாடித் தட்டில் எடுத்து

வைத்துக்கொண்டார் வார்ட்டன்.

ஏற்கனவே ரேடியத்தால் நிரப்பட்டிருந்த சிறிய கண்ணாடிக்குழாய் கருப்பை வாயினுள் கவிழ்த்து செருகப்பட்டு அது நழுவி விடாமல் இருக்க தையல் போடப்பட்டது. பின்னர் உட்செலுத்தப்பட்ட ரேடியம் கசிந்துவிடாதவாறு பெண்குறிக்குள் காட்டன் பஞ்சை நிறைய சுருட்டி வைத்துத் திணித்தார் வார்ட்டன். பின்னர் ஹென்ரிட்டாவிற்கு எளிதாக சிறுநீர் போகவேண்டுமென்று ஒரு கதீட்டரும்[10] (Catheter) இணைக்கப்பட்டது.

சிகிச்சை முடிந்ததும் பொது வார்டுக்கு ஹென்ரிட்டா கொண்டுவரப்பட்டார். அவர் தொடர்பான குறிப்பேட்டில் வார்ட்டன் பின்வருமாறு எழுதினார்: "நோயாளி சிகிச்சைக்கு நல்ல ஒத்துழைப்பு கொடுத்தார். நல்ல நிலையோடு அறையை விட்டு வெளியேறினார்". ஆனால் இன்னொரு ரகசியக் குறிப்பில் "ஹென்ரிட்டாவின் திசு டாக்டர் கே அவர்களுக்கு அளிக்கப் பட்டது" என்று எழுதினார்.

இதற்கு முன் பலமுறை செய்தது போன்று ஹென்ரிட்டா விடமிருந்து எடுக்கப்பட்ட மாதிரியை டாக்டர் கே அவர்களின் ஆய்வகத்தில் ஒரு உதவியாளர் மூலம் கொண்டு ஒப்படைத் தார் வார்ட்டன். அம்மாதிரியைப் பார்த்ததும் மிகவும் பரவசப்பட்டவராக மாறினார் கே. ஆனால் அந்த ஆய்வகத்தில் இருந்தவர்களின் மனநிலை ஒன்றும் பரவசப்பட்டதாக இல்லை. ஏனென்றால் மற்ற செல்களைப் போலவே ஹென்ரிட்டாவின் செல்களும் ஆய்வகத்தில் வளர்க்கப்படும்போதே இறந்து போகும் என்று நினைத்தனர்.

குறிப்புகள்

1. எபிடெர்மாய்டு கார்சினோமா - இதற்கு இன்னொரு பெயர் ஸ்குவாமஸ் செல் கார்சினோமா (Squamous Cell Carcinoma-SCC). ஸ்குவாமஸ் எபிதீலிய செல்களில் ஏற்படக்கூடிய ஒரு வகைப் புற்றுநோய். (ஸ்குவாமஸ் எபிதீலியம் செதில் வடிவத்தில் காணப்படும் தோல் செல்)

2. கார்சினோமா - மனிதர்களுக்கு பொதுவாக ஏற்படக் கூடிய நான்கு வகையான புற்றுநோய்களில் ஒரு வகை. (சார்கோமா, கார்சினோமா, லிம்போமா மற்றும்

லுகீமியா)

3. எபிதீலிய செல் - விலங்குகளில் காணப்படும் இணைப்புத் திசு, தசைத்திசு, நரம்புத் திசு போன்று அடிப்படையான திசு எபிதீலிய திசு. திசுக்கள் செல்களால் ஆக்கப் பட்டவை.

4. ஈஸ்ட்ரோஜன் - பெண்களில் காணப்படும் ஹார்மோன். இது பெண்களில் இரண்டாம் நிலை பால் பண்புகள் உருவாக(குரல் வித்தியாசம், முடி வளர்வது) காரண மாகிறது.

5. எண்டோமெட்ரியோசிஸ் - கருப்பை சுவரில் வரிசையாக அமைந்திருக்கிற எண்டோமெட்ரிய செல்கள் அந்தப் பகுதியைத் தவிர்த்து கருப்பையின் பிற பகுதிகளில் காணப்படுதல். இதனால் வலியுடன் கூடிய மாதவிலக்கு ஏற்படும்.

6. இன்வேசிவ் கார்சினோமா - அருகாமை திசுக்களுக்கு புற்றுநோய் செல்கள் பரவும் தன்மை.

7. நான் - இன்வேசிவ் கார்சினோமா-அருகாமை திசுக் களுக்கு புற்றுநோய் செல்கள் பரவாத தன்மை

8. கார்சினோமா இன் சித்து-புற்றுநோயின் ஆரம்ப வடிவம். அதாவது நான் இன்வேசிவ் கார்சினோமா.

9. பாப் சிமியர் - பாப்பாநிகோலவ் சோதனை (Papanicolaou test -Pap Test or Smear). பாப்பாநிகோலவ் ஒரு கிரேக்க புற்றுநோய் ஆராய்ச்சியாளர். புற்றுநோய்க்கு முந்தைய மற்றும் புற்றுநோய் செயல்பாடுகளை சோதனை மூலம் கண்டறிதல்.

10. கதீட்டர் - நோயாளியிடமிருந்து சிறுநீரை வெளியேற்ற நோயாளியின் சிறுநீர் புழை வழியாகச் செருகப்படும் ஒரு சிறிய குழாய்.

ஹீலா செல்லின் தோற்றம்

திசு வளர்ச்சிக்கென்று கே ஒரு வினோதமான ஆய்வகத்தை உருவாக்கியிருந்தார். 1950களில் திசு வளர்ப்பு என்பது சாதாரண விஷயமில்லை. எத்தகைய ஊடகத்தில் அந்த திசுக்கள் பெருகி வளரும், அந்தத் திசுக்களுக்கு தேவையான ஊட்டங்கள் என்னென்ன என்பன பற்றியெல்லாம் அறிந்திருப்பதென்பது திசு வளர்ப்பு அறிவியலின் தொடக்க நிலையில் உள்ள ஒருவருக்கு சிரமமான விஷயம். கே தனது மனைவியுடன் இணைந்து திசு வளர்ப்புக்கு ஊடகத்திற்கான ஊட்டப் பொருளைக் கண்டறி வதற்காக நீண்ட நாட்களாக முயன்று கொண்டிருந்தார். ஏதேனும் பகுதிப்பொருள்களை சேர்ப்பதன் மூலமோ அல்லது ஒன்றைக் குறைத்தோ புதிய புதிய ஊட்டப்பொருட்கள் முயற்சித்துப் பார்க்கப்பட்டன. விளைவு? ஒரு சூனியக்காரிக்கு சமைத்து அளிக்கப்பட்ட உணவுப்பொருட்கள் போலாகிவிட்டது: கோழி பிளாஸ்மா, பசுவின் சிசு வடிசாறு, மனித தொப்புள் கொடி யிலிருந்து சேகரிக்கப்பட்ட இரத்தம். கே தனது ஆய்வகத்திலிருந்து ஹாப்கின்ஸ் மருத்துவமனை மகப்பேறு பிரிவிற்கு தரையின் வழியாக ஒரு கம்பியைப் பதித்து அதன் மறுமுனையில் ஒரு மணியை தனது அறையில் இணைத்திருந்தார். அம்மருத்துவமனையின் மகப்பேறு பிரிவில் ஏதேனும் குழந்தை பிறந்தால் மணி அடிக்கப்படும்!. மார்க்கரெட் அல்லது அந்த ஆய்வகத்தில் பணியாற்றும் மேரி

என இருவரில் யாரேனும் ஒருவர் ஓடிச்சென்று தொப்புள்கொடி இரத்தத்தை சேகரித்து வருவார்கள் கே ஆய்வகத்திற்கு!

கே அவர்கள் திசு வளர்ப்பு ஊடகத்திற்கான ஊட்டப்பொருட்களைத் தேடி அலைவது ஓயவேயில்லை. வாரத்திற்கு ஒருமுறை கே உள்ளூரில் உள்ள கசாப்புக் கடைக்குச் செல்வார். அங்கு கோழி, கோழி இரத்தம் மற்றும் பசு சிசுக்கள் போன்றவற்றை சேகரித்து வருவார். அந்தக் கோழியை தன்னுடைய ஆய்வகத்திற்கு கொண்டு வந்து அதன் கால்களை இறுகப்பிடித்து தலைகீழாக தொங்கவிட்டு முழங்கையால் அதன் தலையை மேஜையோடு நெருக்கிக்கொண்டு தனது கையில் உள்ள ஊசி மூலமாக கோழியின் இதயத்தில் குத்தி இரத்தத்தை உறிஞ்சுவார். பின்னர் உயிரற்ற கோழியை வீட்டுக்கு எடுத்துச் செல்வார். அதனை வறுத்து உணவாக்கிட அனைத்து ஏற்பாடுகளையும் செய்வார் மார்க்கரெட். இப்படியாக திசு வளர்ப்பு ஊடகத்திற்கான ஊட்டப்பொருளை கண்டறிவதற்கான ஆராய்ச்சி தொடர்ந்துகொண்டிருந்தது.

கே அவர்களின் ஆய்வகத்தில் ஊடகத்தில் செல் வளர்ப்பது தொடர்பாகப் பின்பற்றப்படும் பல்வேறு செயல்முறைகளை கே அவர்களின் மனைவி மார்க்கரெட்தான் உருவாக்கியிருந்தார். அவர் உருவாக்கிய தொழில்நுட்பம்தான் Gey Chicken Bleeding Technique. அதாவது கோழியிடமிருந்து இரத்தம் எடுக்கும் தொழில்நுட்பம். மார்க்கரெட் இந்த வழிமுறையை படிப்படியாக கண்டறிந்து கே அவர்களுக்கு கற்றுக்கொடுத்தார். திசுக்களை வளர்ப்பதற்கென்றே தோதான ஊடகத்தை கண்டறிவது ஒரு பக்கமிருக்க, இன்னொரு பக்கம் அந்த ஊடகத்தை பாக்டீரியா மற்றும் இன்ன பிற நுண்ணுயிரிகளிடமிருந்து பாதுகாப்பதென்பது முக்கியமான பிரச்சினையாக இருந்தது. கழுவப்படாத கைகள், மூச்சுக்காற்று மற்றும் காற்றில் விரவிக்கிடக்கும் தூசுகள் எல்லாம் வளர் ஊடகத்தை சேதப்படுத்தின. கே அவர்களின் மனைவி மார்க்கரெட் ஏற்கனவே கிருமி அழிப்பில் போதிய பயிற்சி பெற்றவர். அது தற்பொழுது கைகொடுத்தது. வளர் ஊடகத்தைக் கொண்டு திசுக்களை வளர்ப்பவர்களில் பெரும்பாலானவர்கள் உயிரியியலாளர்களாக இருந்தார்கள். ஆனால் மார்க்கரெட் கிருமி அழிப்பு குறித்து படித்த தாதியாகவும் இருந்தார்.

வளர் ஊடகத்தை எப்படி சுத்தமாக வைத்துக்கொள்வது என்பது குறித்து மார்க்கரெட் தனக்குத் தெரிந்தவற்றையெல்லாம் கே அவர்களுக்குக் கற்றுக்கொடுத்தார். தனது ஆய்வகத்திற்கென்று பணியாள்

தேர்ந்தெடுத்த போதும் உரிய கவனமும் எடுத்துக்கொண்டார். கே அவர்களின் ஆய்வகத்தில் மேரி என்ற உதவியாளரும், மின்னி என்ற உதவியாளரும் பணியமர்த்தப்பட்டிருந்தனர். கே இந்த மேரி என்கிற உதவியாளரைத் தேர்ந்தெடுத்த விதம் சற்று வித்தியாசமானது. ஏறத்தாள குழந்தைக்கு கண், காது, கை மற்றும் மூளை ஒருங்கிணைப்பு எந்தளவிற்கு இருக்கிறது என்று ஒரு நர்சரிப் பள்ளி ஆராய்ந்து குறிப்பெடுத்துக்கொள்வது போன்று மேரியின் கை பாவனைகளை கே குறிப்பெடுத்துக்கொண்டிருந்தார். ஒரு முறை ஒரு பேனாவை எடுத்து சில வாக்கியங்களை ஒரு தாளில் எழுதச் சொல்லுவார். இன்னொரு முறை ஒரு கத்தியை எடுத்து ஒரு தாளை வெட்டச் சொல்லுவார். வேலைக்குத் தொடர்பில்லாத இதையெல்லாம் ஏன் செய்யச் சொல்லுகிறார் என்று மேரி அலுத்துக்கொண்டதுண்டு. ஆனால் இந்த சோதனைகளெல்லாம் தனது கையின் லாவகத்தை கண்டறிவதற்குத்தான் என்று பின்னர் உணர்ந்துகொண்டாள் மேரி.

கே ஒன்றும் சாதாரணமானவர் அல்ல. கடும் உழைப்பாளி. வீட்டில் இருக்கும் பொருட்களைக் கொண்டே ஒரு புதிய சாதனத்தை உருவாக்கிவிடுவார். இப்படித்தான் ஒரு நுண்ணோக்கியைத் தயாரித்து செல் பகுப்பு (Cell Division) எவ்வாறு நடக்கிறது என்று உன்னிப்பாக கவனித்தார். கே அவர்களுக்கு புதியதாக ஏதேனும் ஒரு சிந்தனை உதித்தால் இருக்கிற இடம் பற்றியெல்லாம் கவலைப்படமாட்டார். அப்படியே உட்கார்ந்து கொண்டு தன்னிடமிருக்கும் ஒரு காகிதத்தில் அவ்விஷயம் குறித்த சித்திரம் வரைய ஆரம்பித்து விடுவார். அப்படி உதித்த ஒரு தொழில்நுட்பம்தான் Roller Tube Culturing Technique. ஒரு மரத்தாலான சிமெண்ட் கலவை எந்திரத்தை (Roller Drum) கற்பனை செய்துகொள்ளுங்கள். அதன் வாய்ப்பகுதி ஒரு தட்டால் மூடப்பட்டு அந்தத் தட்டில் இடைவெளிவிட்டு சோதனைக் குழாய்களை நிறுத்துவதற்கென்றே ஓட்டைகள் இருக்கும். அந்த ஓட்டைகளில் சோதனைக்குழாய்கள் நிறுத்தப்பட்டிருக்கும். சிமெண்ட் கலவை எந்திரம் சுழல்வது போன்று இந்த எந்திரமும் சுழன்றுகொண்டிருக்கும். ஆனால் 24 மணி நேரத்தில் ஏறக்குறைய இரண்டு சுற்றுகளைத்தான் முடித்திருக்கும். நமது உடலில் உள்ள இரத்தம் உள்ளிட்ட இதர திரவங்கள் எப்பொழுதும் ஒரு இயக்கத்தில் இருப்பது போன்று திசு வளர்ப்பு ஊடகமும் இயக்கத்தில் இருப்பது மிக முக்கியம் என்று கே நினைத்ததன் விளைவுதான் இந்த Roller Tube Culturing Technique.

அன்று வழக்கம் போல் கே மேரியிடம் "இன்று நான் உனக்கொரு மாதிரி (Sample) கொண்டு வந்துள்ளேன்" என்றார். அதனைக் கவனிக்காதது போல் நடித்தாள் மேரி. இருந்தாலும் சிறிது நேரத்திற்குப் பிறகு அவளால் அவ்வாறு இருக்கமுடியவில்லை. இது வழக்கமான ஒன்றுதான். பின்பு கே கொண்டு வந்திருக்கும் மாதிரியைப் பார்ப்பாள். முதல் இறவாத்தன்மை கொண்ட செல்களை உருவாக்குவதில் கே அவர்களின் முயற்சியைப் பார்த்துப் பார்த்து மேரி அலுத்து போய்விட்டாள் என்றே கூறவேண்டும். ஏனென்றால் இறவாத் தன்மை கொண்ட மனித செல்லை வளர்க்கவேண்டும் என்கிற கே அவர்களின் முயற்சி இதுவரை வெற்றிபெறவில்லையாதலால் மீண்டும் மீண்டும் திசுக் களை கத்தியைக் கொண்டு கொத்திக்கொண்டிருப்பது அவளுக்கு எவ்வித லயிப்பையும் ஏற்படுத்தவில்லை.

கே மேரியிடம் ஹென்ரிட்டாவிடமிருந்து சேகரிக்கப்பட்ட கருப்பை வாய்க் கட்டியை கொடுத்தார். அதை வாங்கிச் சிற்சிறு துண்டுகளாக வெட்டி பல்வேறு சோதனைக்குழாய்களில் போட்டு அந்த செல்கள் ஹென்ரிட்டாவிடமிருந்து எடுக்கப்பட்டன என்ற அடையாளத்திற்காக எல்லா சோதனைக்குழாய்களிலும் ஹீலா செல் (Henrieta Lacks Cell- Hela Cell) என்று எழுதினாள் மேரி. அக்குழாய்களை Roller Drum இல் உள்ள சிறிய ஓட்டைகளில் பதித்து Roller Drumஐ இயக்கும் பொத்தானை அழுத்திவிட்டு அந்த பிரத்தியேக அறையை விட்டு வெளியில் வந்தாள் மேரி. கே கண்டுபிடித்திருந்த எந்திரம் மெதுவாக சுழல ஆரம்பித்திருந்தது.

ஹென்ரிட்டாவிடமிருந்து எடுக்கப்பட்ட செல்களை திசு வளர்ப்பு ஊடகத்தில் வைத்த பிறகு தினமும் அந்த அறையை கிருமி நீக்கம் செய்வாள் மேரி. ஹென்ரிட்டா செல்கள் வைக்கப் பட்டுள்ள சோதனைக்குழாய்களை உற்றுப் பார்த்தாள் மேரி. எதுவும் நடந்திருக்கவில்லை. சிரித்துக்கொண்டாள். இரண்டு நாட்கள் கழித்து பார்த்த போது ஒவ்வொரு சோதனைக்குழாயின் அடிப்பகுதியிலும் சின்னச் சின்ன வளையங்கள் தோன்றியிருந்தன. செல்கள் வளர்ந்துகொண்டிருந்தன. மற்ற செல்களும் இவ்வாறு தான் வளர்ந்தன என்பதால் மேரிக்கு இது ஒன்றும் முக்கிய மானதாகப்படவில்லை. ஆனால் கற்பனை செய்து பார்க்கமுடி யாத அளவிற்கான அடர்த்தியில் செல்கள் பெருக ஆரம் பித்தன. அடுத்த நாள் செல்கள் இரண்டுமடங்காயின. ஒரு சோதனைக்குழாயிலிருந்த செல்களை பிரித்து இரு கூறாக்கி இரண்டு சோதனைக்குழாய்களில் வைத்தபோது அதுவும்

இரண்டு மடங்காயின. நான்கு சோதனைக் குழாய்களில் வைத்த போது அதுவும் இரண்டு மடங்காயின. ஆனால் இதனைக் கொண்டாடும் மனநிலையில் கே இல்லை. ஒரு வேளை இவைகள் எந்த நேரத்திலும் இறக்கலாம் என்று கருதினார்.

முதன் முதலில் திசு வளர்ப்பு ஊடகத்தில் வைக்கப்பட்ட ஹென்ரிட்டாவின் அசல் செல்களை விட இந்த செல்களெல்லாம் இருபது மடங்கு வேகத்தில் பல்கிப் பெருகின. ஹென்ரிட்டாவின் அசல் செல்கள் ஊடகத்தில் வைக்கப்பட்டு சில நாட்கள் கழித்து புதிய செல்களை உருவாக்கிவிட்டு இறந்துபோய்விட்டன. அதன் பிறகுதான் கே தனது நெருங்கிய சகாக்களிடம் அநேகமாக அவரது ஆய்வகம் முதல் இறவாத் தன்மை கொண்ட மனித செல்களை உருவாக்கி இருக்கிறது என்று கூறினார். ஹீலா செல் பிறந்துவிட்டிருந்தது!

ஒரு புதிய வரலாற்றுச் சாதனை நிகழவிருந்த தருணத்தில் இதற் கெல்லாம் காரணமான ஹென்ரிட்டா தினந்தோறும் ரேடியம் சிகிச்சையின் பக்கவிளைவுகளால் வேதனையை அனுபவித்துக் கொண்டிருந்தார். அவரது அடிவயிற்றிலிருந்து பெண்குறி வரையில் தோலின் நிறமானது நெருப்பைக்கொண்டு பொசுக்கியது போல் அடர் கருப்பாக மாறிவிட்டிருந்தது!

நூலாசிரியரின் முயற்சிகள்

ஹென்ரிட்டாவின் வாழ்க்கையை வெளி உலகிற்கு கொண்டு வந்தது The Immortal Life of Henrietta Lacks என்கிற புத்தகம். அதை எழுதியவர் ரெபேக்கா ஸ்க்லுட் (Rebecca Skloot). ஹென்ரிட்டா பற்றிய செய்திகளைத் தொகுத்து ஒரு புத்தகமாக உருவாக்கு வதில் அதிக அக்கறை காட்டினார். அவரது வரலாற்றினை வெளிக்கொணர்ந்ததில் முக்கியப் பங்காற்றியவரும் இவரே. கருப்பினத்தவர்களை மனிதத்தன்மையற்ற வகையில் கையாளும் வெள்ளையின மேட்டிமைத்தனத்திற்கு தன்னை உட்படுத்திக் கொள்ளாத ஒருவர் இவர். ஹென்ரிட்டாவின் கணவர் உள்ளிட்ட வர்களைச் சந்திப்பதற்காக இவர் மேற்கொண்ட பிரயத்தனங்கள் பொதுவாக ஆண்டுக்கணக்கில் வீணாகிக்கொண்டுதான் இருந் தன.

ரெபேக்கா ஸ்க்லூட்டிற்கு ஹென்ரிட்டா எனும் ஒருவர் அவர் இறந்து 37 வருடங்கள் கழித்துதான் அறிமுகமானார். அதாவது 1988இல். அப்பொழுது ரெபேக்கா ஒரு மாணவி. உயிரியல் வகுப்பில் அவரது ஆசிரியர் டெஃப்லர் (Defler) ஹீலா செல் பற்றிச் சொன்ன பொழுதுதான் அது குறித்து நிறைய அறியும் ஆர்வம் உருவானது. முதல் இறவாத்தன்மை கொண்ட மனித செல்களை வளர் ஊடகத்தில் வளர்க்க விஞ்ஞானிகள் முயன்று

கொண்டிருந்தனர். பெரும்பாலும் அந்த செல்கள் இறந்துவிடும். ஆனால் ஹென்ரிட்டாவிடமிருந்து எடுக்கப்பட்ட புற்றுநோய் செல்கள் ஒவ்வொரு 24 மணி நேரத்திற்கும் இருமடங்காகப் பெருகின என்ற வாசகம்தான் ரெபேக்காவைப் போட்டு அலைக் கழித்தது.

புற்றுநோய் செல்களை உருவாக்கும் செல்கள் மற்றும் அதனை மட்டுப்படுத்தும் செல்கள் பற்றிய ஆராய்ச்சிகளுக்கு அடிப்படையாக உதவியவை ஹீலா செல்கள்தான்; லுக்கீமியா, இன்ஃப்ளுயன்சா, ஹீமோஃபிலியா போன்ற நோய்களுக்கு மருந்து களைத் தயாரிப்பதில் இச்செல்கள்தான் உதவின; லாக்டோஸ் ஜீரணமாதல் (Lactose Digestion), பாலியல் நோய்கள், குடல்வால் அலர்ஜி (Appendicitis), மனித ஆயுள் போன்றவைகள் குறித்தான ஆய்வுகளில் இச்செல்கள் பயன்படுத்தப்பட்டன; சோதனைச் சாலைகளில் வழக்காமாகக் காணப்படும் சோதனைப் பொருட் களான எலி, மற்றும் கினியா பன்றி போன்று ஹீலா செல்களும் ஆய்வகங்களில் தவிர்க்கமுடியாத ஒன்றாக மாறிவிட்டிருந்தன. இவைகளெல்லாம் ஸ்க்லூட் அவர்களுக்கு ஆச்சரியமான விஷயங் களாகப்பட்டன.

டெஃப்லரைத் தொடர்புகொண்ட போது ஹென்ரிட்டா பற்றி யாருக்கும் தெரியாது என்று சொல்லிவிட்டார் அவர். தகவல் கலைக்களஞ்சியத்தில் தேடிப்பார்த்ததில் ஹென்ரிட்டா பற்றி சிறு பத்தியில் கூறப்பட்டிருந்தது. இந்தத் தேடல்களெல்லாம் ஸ்க்லூட் பள்ளி மாணவியாக இருந்தபொழுது நேர்ந்தவைகள். கல்லூரியில் உயிரியல் பிரிவில் சேர்ந்தபொழுது ஓரிடம் கூட தவறால் எங்கும் வியாபித்திருந்தன ஹீலா செல்கள். செல்லியல், நரம்பியல், நோய்க் குறியியல் என எல்லாத் துறைகளிலும் ஹீலா செல்கள் பற்றிய பேச்சுக்கள் எழுத்துக்கள் வெளிவந்துகொண்டிருந்தன. ஆனால் ஹென்ரிட்டா பற்றி தெரிந்துகொள்ள முடியவில்லை.

90களில் கணிப்பொறி கிடைத்தபொழுது அதனைப் பயன் படுத்தி ஹென்ரிட்டா குறித்த தகவல்களை தேடிய ஸ்க்லூட் அவர் களுக்கு ஏமாற்றமே மிஞ்சியது. ஹென்ரிட்டா லேக்ஸ் என்கிற பெயரை சில தளங்கள் ஹென்ரிட்டா லேன் என்றன; சில அவர் தனது முப்பது வயதில் இறந்துவிட்டார் என்றன; சில அறுபது வயதில் இறந்துவிட்டார் என்றன. சில அவர் கருப்பைவாய்ப் புற்றுநோயால் இறந்துவிட்டதாகவும், சில மார்பகப் புற்றுநோயால்

இறந்துவிட்டதாகவும் கூறின.

கல்லூரியில் படிக்கும் காலத்திலேயே ஸ்க்லூட், ஹென்ரிட்டா பற்றியும் ஹீலா செல் பற்றியும் ஒரு புத்தகம் எழுதிவிட வேண்டும் என்ற எண்ணத்தினால் ஆட்கொள்ளப்பட்டார். தொலைபேசி டைரக்டரியைக் கொண்டு ஹென்ரிட்டாவின் கணவரை, அவரது மகள் டெபோராவை தொடர்புகொள்ளச் செய்த முயற்சிகள் பலனளிக்காமல் போயின. ஸ்க்லூட் அவர்களைப் பொருத்த மட்டில் ஹென்ரிட்டாவின் கணவருக்குச் செய்யப்படும் ஒரு தொலைபேசி அழைப்பில், அறிவியல் சோதனைக்கூடங்கள், மருத்துவமனைகள், விஞ்ஞானிகள், மருத்துவர்கள் என ஹீலா செல் தளத்தில் இயங்கிய அனைத்தையும் ஒரு கோட்டிற்கு கீழ் கொண்டு வந்து புத்தகமாக்கும் முயற்சியின் வெற்றி அடங்கியிருந்தது.

ஒரு முறை டெபோராவை தொலைபேசியில் தொடர்பு கொள்ளும் வாய்ப்பு கிட்டியது. டெபோராவுடன் பேசுவதில் ஸ்க்லூட் அவர்களுக்குத் தயக்கம் இருந்தது. வெள்ளையினத்தவர்கள் கருப்பின மக்களுக்கு செய்த கொடுமைகளின் வரலாற்றை அறிந்தவர் இவர். இருவரும் முற்றிலும் வெவ்வேறுபட்ட கலாச்சாரத்திற்கு சொந்தமானவர்கள். ஸ்க்லூட் யூத மற்றும் புராட்டஸ்டண்டு வம்சாவழியைச் சேர்ந்தவர். டெபோரா ஆழ்ந்த மதப்பற்றுள்ள கருப்பினக் கிறிஸ்தவர். வாழ்வதற்கே தகுதியற்ற ஒரு சுற்றுப்புறச் சூழலில், மிகை வறுமையில் வளர்ந்தவர் டெபோரா; ஒரு நடுத்தர வர்க்கத்திற்குரிய, லௌகீக வாழ்க்கை வாழ்ந்தவர் ஸ்க்லூட். "நம்மை மீறிய ஏதோ ஒரு சக்தியின் செயல்" போன்ற வாக்கியங்களை நம்பாத அறிவியல் இதழியலாளர் ஸ்க்லூட். ஹென்ரிட்டாவின் ஆன்மா அவரது செல்களில் இன்னமும் பொதிந்திருக்கிறது என நம்பியவர் டெபோரா.

தான் சந்தித்த பெண்களிலேயே மிகவும் வலிமையான, தோல்வியிலிருந்து, கஷ்டங்களிலிருந்து எளிதில் மீண்டு வந்துவிடுபவராக டெபோரா தோன்றியதாக ஸ்க்லூட் பின்னர் எழுதினார். தனது தாய் இந்த உலகிற்கு கொடுத்த அறிவியல் கொடை என்பது இறையியலின் நீட்சி என்று மீண்டும் மீண்டும் பிடிவாதமாக நம்பினார் டெபோரா. இதழியல், விஞ்ஞானம், சாஸ்திரம், தர்க்கம் என்று ஸ்க்லூட் புரிந்து வைத்திருந்த அனைத்தையும் தவிடு பொடியாக்கினார் டெபோரா. ஹீலா செல் பற்றி ஒரு பட்டறை நடத்தப்பட்டது. இதனை ஒருங்கிணைத்தவர் பேராசிரியர்

ரோலண்ட் பட்டிலா (Roland Battillo). இவர் மூலமாகத்தான் ஹென்ரிட்டாவின் மூத்த மகள் டெபோரவின் தொலைபேசி எண்னைப் பெற்றிருந்தார் ஸ்க்லூட்.

ஸ்க்லூட் தொலைபேசியில் தொடர்பு கொண்டபோது எதிர்முனையிலிருந்து பல முறை மௌனத்தையே பதிலாக அளித்தார் டெபோரா. ஸ்க்லூட் உதிர்த்த உற்சாக வார்த்தை ஒவ்வொன்றும் டெபொராவைப் பொருத்தவரை ஆயிரம் தடவை கேட்டுப்பழகிய ஒன்று. நான் உங்களது தாயார் பற்றி ஒரு புத்தகம் எழுதிக்கொண்டிருக்கிறேன் என்று சொன்ன ஸ்க்லூட்டிற்கு உள்ளுக்குள் ஒரு எச்சரிக்கை மணி அடித்துக்கொண்டுதான் இருந்தது. டெபோராவின் கவனத்தை திசைதிருப்பிவிடக் கூடிய அல்லது கோபத்தை உண்டுபண்ணக்கூடிய எந்த ஒரு விஷயமும் தனது புத்தகத்திற்கு தகவல் தொகுக்கும் வாய்ப்பை இழந்துவிடச் செய்யும் என்று நினைத்தார் ஸ்க்லூட்.

ஏறக்குறைய *45* நிமிடங்கள் பேசினார் டெபோரா. இந்த நிமிடங்களில் ஸ்க்லூட் பேசிய ஒரே வார்த்தை "நல்லது". இந்த *45* நிமிடங்களில் சில நேரங்களில் பிரக்ஞையில்லாமல் பேசினார் டெபோரா. சில விஷயங்கள் மறைக்கப்பட்ட வரலாறுகளை வெளிக்கொணர்வதற்கான நம்பிக்கை கீற்றாகத் தோன்றின. உரை யாடலின் ஊடாக "அவன் ஏன் என்னுடைய தாயாரின் மருத்துவ மற்றும் பிரேத பரிசோதனை குறிப்பேடுகளைத் திருடினான் என்று தெரியவில்லை; அவன் தற்பொழுது சிறையில் இருக்கிறான். அவன் தற்பொழுது ஜான் ஹாப்கினும், கருப்பினத்தவர் என்கிற காரணத்திற்காக எனது தாயாரை ஆராய்ச்சிக்காகப் பயன்படுத்திய வெள்ளையின மருத்துவர்களும்தான் எனது தாயாரைக் கொன்ற தாகவும் கூறிக்கொண்டிருக்கிறான்" என்று கூறினார் டெபோரா. கோஃபீல்டு என்கிற ஒரு ஏமாற்றுப் பேர்வழி டெபோராவை ஏமாற்றி ஹென்ரிட்டாவின் மருத்துவக் குறிப்பேடுகளை அவரிட மிருந்து பெற்றுக்கொண்டு அதனைக்கொண்டு ஹென்ரிட்டாவிற்கு மருத்துவம் பார்த்த ஜான் ஹாப்கின்ஸ் மருத்துவமனை மீது வழக்கு தொடர்ந்து நஷ்ட ஈடு பெறலாம் என்று கணக்குப்போட்டிருந்தார். அந்தத் திட்டம் பலிக்காமல் மாட்டிக்கொண்டு சிறைக்கம்பிகளை எண்ணியவர்தான் இந்த கோஃபீல்டு. அவரைப்பற்றிதான் டெபோரா ஸ்க்லூட்டிடம் கதைத்தார்.

அறிவியல் உலகம் டெபோரா மற்றும் அவரது குடும்பத்தினரை

நோக்கிப் படையெடுத்ததில் டெபோராவிற்கு நெஞ்சு வலியே வந்துவிட்டதாக பதிவு செய்கிறார் ஸ்க்லூட். டெபோராவிடம் முதன் முறையாக தொலைபேசியில் பேசிய பிறகு பிரிதொரு சந்தர்ப்பத்தில் அழையுங்கள் என்று கூறி டெபோரா தொலை பேசியை கீழே வைத்துவிட்டார். உறுதியளித்தபடி மீண்டும் தொடர்பு கொண்ட போது டெபோரா பதிலளிக்கும் தோரணை மாறிவிட்டிருந்தது. இனிமேல் நான் பேசத் தயாராக இல்லை என்றும் விரும்பினால் தனது தந்தை டேவிட், மூத்த சகோதரர் லாரன்ஸ் மற்றும் சகோதரர் சோனி ஆகியோரை தொடர்பு கொள்ளுமாறு அவர்களின் தொலைபேசி எண்களைக் கொடுத்துவிட்டு இணைப்பைத் துண்டித்துவிட்டார்.

பல நாட்கள் விடாமல் மூவருக்கும் தொடர்பு கொண்டதில் ஒரு நாள் பலன் கிடைத்தது. ஒரு சிறுவன் தொலைபேசியை எடுத்தான். ஸ்க்லூட் அவனிடம் தான் டேவிட்டிடம் பேச வேண்டும் என்று கூறியதும் "உங்களிடம் அந்த செல் பற்றிப் பேசவேண்டுமாம்" என்று அந்தச் சிறுவன் பக்கத்து அறையிலிருந்த டேவிட்டிடம் சத்தம் போட்டுக் கூறினான். டேவிட்டை யார் தொடர்புகொண்டாலும் ஹீலா செல் பற்றித்தான் பேசுவார்கள் என்பது அந்தக் குடும்ப உறுப்பினர்களுக்கு நன்றாகவே தெரிந்திருந்தது. டேவிட் இணைப் பில் வந்தார். தான் இன்னாரென்றும், தான் ஹென்ரிட்டா பற்றியும், ஹீலா செல் பற்றியும் புத்தகம் எழுதிக்கொண்டிருப்பதாக அறிமுகப்படுத்திக்கொண்டார் ஸ்க்லூட். டேவிட் இணைப்பைத் துண்டித்து விடக்கூடாது என்று நினைத்துக்கொண்டார். "எனது மனைவியின் செல் உங்களிடம் உள்ளதா? அவளுக்கு நீங்கள் என்னிடம் பேசுவது தெரியுமா" என்று டேவிட் கேட்டதும் அவர் டெபோராவைத்தான் கேட்கிறார் என்று புரிந்துகொண்டு "ஆம்" என்று பதிலளித்தார் ஸ்க்லூட். அப்படியென்றால் "எனது மனைவியின் செல்களோடு பேசிக்கொள்ளுங்கள் அது உங்களுக்கு அனைத்து விஷயங்களையும் சொல்லும், உங்களைப் போன்று நிறையப் பேரைப் பார்த்துவிட்டேன்" என்று கோபத்துடன் இணைப்பைத் துண்டித்தார் டேவிட்.

தொலைபேசியில் டேவிட் உடனான முதல் உரையாடலுக்குப் பிறகு ஹென்ரிட்டாவின் மகன் சோனியை எப்படியாவது சந்தித்துவிட வேண்டுமென்று பிட்ஸ்பர்க்கிலிருந்து[1] (Pittsburgh) பால்டிமோர் கிளம்பினார் ஸ்க்லூட். ஏற்கனவே சோனியின் பேஜர் கருவிக்கு ஸ்க்லூட் தொடர்ந்து அனுப்பிய செய்திகளைக் கண்டு

பயந்துபோன அவர் ஸ்க்லூட் யாரென்று பட்டிலோ (Pattillo) அவர்களைத் தொடர்புகொண்டு தெரிந்துகொண்டார். ஸ்க்லூட் பால்டிமோர் வந்த பிறகு அவர் சோனிக்கு பேஜர் மூலம் செய்தி அனுப்ப வேண்டும். அவர் வந்து ஸ்க்லூட்டை ஹென்ரிட்டாவின் இன்னொரு மகன் லாரன்ஸ் வீட்டிற்கு அழைத்துச் செல்வதுதான் திட்டம். ஒருவேளை அதிர்ஷ்டமிருந்தால் அங்கேயே டெபோரோ அல்லது டேவிட்டை கூடச் சந்திக்க வாய்ப்பு கிடைக்கலாம் என்று எதிர்பார்த்தார் ஸ்க்லூட். ஆனால் ஒரு தங்கு விடுதியில் இருந்துகொண்டு சோனிக்கு அனுப்பிய தகவல்களுக்கு எந்த பதிலுமில்லை.

சற்றுப் பதற்றமடைந்த ஸ்க்லூட் தொலைபேசி டைரக்டரியை எடுத்து லேக்ஸ் என்று ஆரம்பிக்கின்ற அல்லது முடிகிற பெயர்களின் எண்களுக்குத் தொடர்புகொண்டு, அவர்களுக்கு ஹென்ரிட்டா லேக்ஸ் பற்றியோ அல்லது அவரது உறவினர்கள் எவரையும் பற்றியோ தெரியுமா என்று ஒரு பித்துப் பிடித்த மனநிலையில் கேட்க ஆரம்பித்தார். ஒன்றும் பயனில்லை. மீண்டும் தான் கையோடு கொண்டு வந்திருந்த Rolling Stone[2] பத்திரிக்கையில் ஹென்ரிட்டா பற்றி மைக்கேல் ரோஜர் என்பவரால் எழுதப்பட்ட கட்டுரையை வாசிக்க ஆரம்பித்தார்.

இன்னொரு கட்டுரையில் ஹென்ரிட்டா டர்னர் ஸ்டேசனில் (Turner Station) தங்கியிருந்த முகவரி கொடுக்கப்பட்டிருந்தது. அந்த முகவரியைக் கண்டுபிடிக்க காரில் பயணமானார் ஸ்க்லூட். அந்தக் கட்டுரையில் ஹென்ரிட்டா வாழ்ந்த காலத்தில் அவ்விடத்தில் ஒரு மளிகைக் கடை இருந்ததாகவும், அதன் உரிமையாளர் கார்ட்னி ஸ்பீடு (Courtney Speed) என்றும் குறிப்பிடப்பட்டிருந்தது. இந்த அம்மையார்தான் ஹென்ரிட்டா பெயரில் அருங்காட்சியம் ஒன்றை உருவாக்க அடிக்கல் நாட்டி அப்பணிக்கு தன்னை உட்படுத்திக்கொண்டவராவார்.

கார்ட்னி ஸ்பீடை சந்திக்கச் செல்கின்ற வழியில் ஒரு வழிப் போக்கரைச் சந்தித்தார் ஸ்க்லூட். அவ்வழிப்போக்கரிடம் ஹென் ரிட்டா பற்றிக் கேட்டதற்கு தெரியாது என்று சொல்லிவிட்டார். ஹென்ரிட்டா நினைவாக யாரோ ஒருவர் ஸ்பீடு அவர்களின் கடையின் முன்புறம் ஒரு கல்வெட்டை ஏற்படுத்தி வைத்திருப்பதாக தான் கேள்விப்பட்டதாக ஸ்க்லூட் கூறியதும் தனக்கு ஸ்பீடு அவர்களைத் தெரியுமென்று அழைத்துச் சென்றார் அந்த வழிப்

போக்கர். ஒரு வெம்மையான புன்னகையுடன் வரவேற்றார் ஸ்பீடு.

ஸ்க்லூட் தான் வந்த விவரத்தைச் சொன்னதும் அவரை அனுப்பியது திரு.கோஃபீல்டு (Cofield) என்பவர்தானே என்று கேட்டார் ஸ்பீடு. தன்னை யாரும் அனுப்பவில்லை மற்றும் அந்தப் பெயரில் தனக்கு யாரும் தெரியாது என்றும் தெளிவுபடுத்தினார் ஸ்க்லூட். தான் ஸ்க்லூட்டை நம்புவதாகக் கூறி தான் நடத்தும் சலூன் கடைக்கு அழைத்துச் சென்று ஸ்க்லூட்டை அமரச் செய்து தான் இதுநாள் வரை பொக்கிஷமாகக் காத்து வந்த ஒரு VCR கேசட்டை எடுத்து அந்த கடையில் உள்ள தொலைக்காட்சியில் போட்டுக்காட்டினார் ஸ்பீடு.

அந்தக் கேசட் "The Way of All Flesh" என்ற பெயரில் ஹென்ரிட்டா பற்றி BBC தயாரித்திருந்த ஆவணப்படம். கேமராவின் முன்னால் ஒரு கருப்பினப்பெண் நடனமாட பிரிட்டிஷ்காரர் ஒருவர் பேய்க்கதையைச் சொல்வது போன்று ஹென்ரிட்டா வரலாற்றைச் சொல்ல ஆரம்பித்தார். "1951இல் அமெரிக்காவில் பால்டிமோர் என்ற இடத்தில் ஹென்ரிட்டா லேக்ஸ் என்ற பெண் இறந்தார்", தொலைக்காட்சியின் ஒலியளவு கொஞ்சம் கொஞ்சமாக அதிகரித்து திகிலூட்டுமளவிற்குச் சென்றது, "அவரது செல்கள் நவீன அறிவியலை மாற்றியமைத்தன, நாடுகளின், ஜனாதிபதிகளின் கொள்கைகளை வடிவமைத்தன; மரணத்தை வெல்வதற்கான ரகசியம் இவரது செல்களில் மறைந்திருந்ததால் இவ்விஷயம் பனிப்போரில் கூட எதிரொலித்தது" என்று அலறியது தொலைக்காட்சி. கடைசியாக, ஹென்ரிட்டாவின் உறவினர்களில் சிலர் இன்னும் கிளவர் (Clover) என்ற இடத்தில் வசிப்பதாக தெரிவித்தது. ஒருவேளை ஹென்ரிட்டாவின் கணவர் மற்றும் அவரது புதல்வர்கள் தன்னை சந்திக்க மறுத்துவிட்டால் கிளவர் சென்று ஹென்ரிட்டா உறவினர்களைச் சந்திப்பது என்று முடிவு செய்தார் ஸ்க்லூட். ஸ்க்லூட்டை தான் சந்திக்க விரும்பவில்லை என்று மாலை செய்தி அனுப்பியிருந்தார் சோனி. தான் கிளவர் சென்று ஹென்ரிட்டாவின் உறவினர்களைச் சந்திக்க விருப்பதாக ஸ்க்லூட் சொன்னபோது ஒரு வாழ்த்தை பேஜரில் மிதக்கவிட்டிருந்தார் சோனி.

இன்னும் எத்தனையோ இடையூறுகளுக்கு மத்தியில் மனம் தளராமல் இருந்து ஹென்ரிட்டா தொடர்பான தகவல்களைச்

சேகரிக்க, ஒரு கட்டத்தில் ஹென்ரிட்டா குடும்ப உறுப்பினர்களுடன் நட்பு பாராட்டுகின்ற அளவிற்கு முன்னேறினார் ரெபேக்கா ஸ்க்லூட்.

குறிப்புகள்

1. பிட்ஸ்பர்க் (Pittsburgh) - அமெரிக்காவில் பென்சில் வேனியா மாநிலத்தில் அமைந்துள்ள ஒரு மாகாணம் (County).

2. Rolling Stone - அமெரிக்காவில் மாதம் இருமுறை வெளியிடப்படும் இதழ். அரசியல், கலாச்சாரம் மற்றும் இசை இதன் முக்கிய தளங்களாகும்.

செல் வளர்ப்பு என்பது...

ஹென்ரிட்டாவிற்கு சிகிச்சை தொடர்ந்து கொண்டிருந்தது. ஒரு முறை ஜார்ஜ் கே பால்டிமோரில் உள்ள WAAM[1] தொலைக் காட்சியில் வெற்றிப்பெருமிதத்தோடு தோன்றினார். பின்னணி இசையுடன் "இன்று நாம் புற்றுநோயை எப்படி வெற்றிகொள்ள முடியும் என்பதைப் பற்றி கற்றுக்கொள்ளப் போகிறோம்" என்று தொலைக்காட்சி அறிவிப்பாளர் அறிவித்தார். பொதுவாக கே செல்கள் பற்றி விளக்கினார்; படங்கள் போட்டுக் காட்டினார்; தொலைக்காட்சித் திரையில் ஒரு முனையிலிருந்து இன்னொரு முனைக்கு செல்கள் இழைந்தோடின. அதில் புற்றுநோய் செல்லை மட்டும் தனிமைப்படுத்திக் காட்டினார். பின்னர் அந்த செல் ஐந்து செல்களாகப் பிளவுற்று பிரிந்தது. ஒரு கட்டத்தில் ஹீலா செல்கள் நிரப்பப்பட்ட ஒரு பாட்டிலை எடுத்துக் காட்டி "அடிப்படையான ஆய்வுகள் மூலம் புற்றுநோய் செல்களை எப்படி கட்டுப்படுத்துவது மற்றும் சிதைப்பது என்று கற்றுக்கொள்ள முடியும்" என்று பெருமையாய் கூறிக்கொண்டார்.

யாரெல்லாம் புற்றுநோய் ஆராய்ச்சியில் ஈடுபட்டார்களோ அவர்கள் அனைவருக்கும் ஹீலா செல்களை வழங்கினார் கே. அந்தக் காலத்தில் தபால் மூலமாக ஹீலா செல்களை அனுப்ப முடியாது. விமானம் மற்றும் கப்பல் மூலமாகத்தான் அனுப்ப

முடிந்தது. ஒரு சிறிய குழாயில் வளர் ஊடகத்தில் ஹீலா செல்களை இட்டு நிரப்பி அனுப்பி வைப்பார் கே. கப்பலாக இருந்தால் மாலுமியின் சட்டைப்பையில் அந்த சிறிய குழாய் செருகப்பட்டிருக்கும். அதன் மூலம் அந்தச் செல்களுக்குத் தேவையான வெப்பநிலை கிடைக்கும். விமானமாக இருந்தால் பைலட்டின் சட்டைப்பையில் செருகப்பட்டிருக்கும். ஹீலா செல் அனுப்பப்படும் நாட்டைச் சேர்ந்தவர்கள் அதனை உடனேயே தங்களது பொறுப்பில் எடுத்துச் சென்று ஆய்வகத்தில் சேர்த்து விடவேண்டும். இல்லையெனில் அந்த செல்கள் இறந்துவிடும். அவ்வாறு இறந்தாலும் அடுத்த விமானத்திலோ, கப்பலிலோ ஹீலா செல்களை அனுப்பி விடுவார் கே!

உலகின் பல்வேறு பகுதிகளுக்கும் பயணித்தது ஹீலா செல். இந்தியா, நியூயார்க், ஆம்ஸ்டர்டாம் பகுதிகளுக்கு ஹீலா செல் அனுப்பி வைக்கப்பட்டது. பொதிக்கழுதையின் மீது அமர்ந்து சிலி நாட்டின் மலைப்பகுதிகளுக்குள்ளும் பயணித்தது ஹீலா செல். தனது செல் தொழில்நுட்பத்தை ஊர் ஊராக, ஆய்வுக்கூடம் ஆய்வுக்கூடமாக சென்று விளக்கினார் கே. கே அவர்களின் ஆய்வகத்திற்கு வந்தவர்கள் எல்லாம் அவர் வழங்கிய ஹீலா செல்லோடுதான் போவார்கள். நாளடைவில் கே அவர்களும் அவரது நெருங்கிய நண்பர்களும் ஹீலா செல்லை "கிடைத்தற்கரிய குழந்தைகள்" என்று கூற ஆரம்பித்துவிட்டனர். உயிரோடு இருக்கின்ற மனித செல்களை வளர் ஊடகத்தில் வைத்து ஆராய்ச்சி செய்தால் அந்த செல்கள் விரைவில் இறந்துவிடுகின்றன. ஹீலா செல் அவ்வாறில்லாமல் ஒவ்வொரு இருபத்தி நான்கு மணி நேரமும் இரட்டிப்பானதால் அது உண்மையில் கிடைத்தற்கரிய ஒன்றாக மாறிப்போனது.

ஆராய்ச்சியாளர்கள் ஹீலா செல்லை துண்டாக்கி அதனை விஷத்தன்மை கொண்ட வேதிப்பொருட்கள், கதிர்வீச்சு மற்றும் நோய்த்தொற்றுக் கிருமிகளைக் கொண்டு தாக்கினார்கள். ஹீலா செல்லை நோய் எதிர்ப்பு சக்தி உருவாக்கப்பட்ட எலிகளுக்கு செலுத்தினார்கள். ஆராய்ச்சியாளர்களின் ஆசையெல்லாம் புற்றுநோய் செல்லை கொன்றுவிடுகிற ஒரு மருந்தைக் கண்டு பிடித்துவிடுவதுதான். ஹீலா செல்லைக் கொண்டு ஆராய்ச்சிகள் நடந்தாலும் ஹீலா செல் என்று ஒன்று கண்டுபிடிக்கப்பட்டு அது புற்று நோய் ஆராய்ச்சிக்குப் பயன்படுத்தப்பட்டு வருகிறது என்ற விஷயம் வெளியில் சொல்லப்படவில்லை. பொதுமக்களுக்கு அது பற்றித் தெரிந்திருக்கவுமில்லை.

அலெக்சிஸ் காரெல் (Alexis Carrel) என்கிற, ராக்ஃபெல்லர் நிறுவனத்தில் அறுவைச் சிகிச்சை நிபுணராக பணியாற்றிய பிரெஞ்சு மருத்துவர் தன்னுடைய "இறவாத்தன்மை கொண்ட கோழி இதய செல்களை" வளர்த்தெடுத்த அந்த ஜனவரி 12, 1917 இல்தான் ஒரு திருப்புமுனை உருவாக ஆரம்பித்தது. உடலுக்கு வெளியே உயிருள்ள செல்களை வளர்ப்பது சிரமமாக உணரப் பட்ட நேரத்தில் காரெல் இரத்தக்குழாய்களுக்கு தையல் போட்டு பைபாஸ் அறுவை சிகிச்சை செய்யும் தொழில்நுட்பத்தை வளர்த்தெடுத்தார். ஒரு நாள், அனைத்து உடல் பாகங்களையும் ஆய்வகத்திலேயே உருவாக்கி அதனை உறுப்பு மாற்ற சிகிச்சைக்காக மற்ற இடங்களுக்கு அனுப்பி வைக்கவும் கனவுகண்டார் காரெல். அதற்கான முதல் படியாக, கோழி இதயத்தின் ஒரு சிறு பகுதியை வளர் ஊடகத்தில் வளர்த்தார். எல்லோரும் ஆச்சரியப்படத்தக்க வகையில் அந்த பகுதி இயங்கியது. அந்த இதய செல்கள் இதயம் துடிப்பதைப் போலவே துடித்தன. சில மாதங்கள் கழித்து காரெல்லுக்கு நோபல் பரிசு வழங்கப்பட்டது. உடனடியாக அவர் ஒரு புகழ்பெற்ற நபராக மாறிவிட்டார். பத்திரிக்கைகளெல்லாம், "விஞ்ஞானிகள் இறவாத்தன்மை கொண்ட கோழி இதயத்தைக் கண்டுபிடித்துவிட்டார்கள். இனி முதுமை என்பது இல்லை" என்று எழுதித் தள்ளின. கோழி இதய செல்களை வளர்த்தது இந்த நூற்றாண்டின் ஆகச்சிறந்த கண்டுபிடிப்பு; இந்த ஆராய்ச்சி தொடர்ந்தால் நாம் சாப்பிடுவதிலிருந்து தூங்குவது வரைக்கான காரணம், பாச்[2] (Bach) இசை, மில்டனின் கவிதைகள், மைக்கேல் ஏஞ்சலோவின் அதிதிறமை ஆகியவற்றிற்கான காரணம் தெரிந்து விடும் என்று விஞ்ஞானிகள் ஊதிப்பெருக்கினர்.

ஆனால் இதிலெல்லாம் காரெலுக்கு ஆர்வமில்லை. அவர் ஒரு இனத்தூய்மைவாதி. தனது உறுப்பு மாற்ற சிகிச்சை மூலம் பயன்பெறுபவர்கள் உயர் இன வெள்ளை நிறத்தவர்களாக இருக்கவேண்டும் என ஆசைப்பட்டார். ஏழைகள், கீழ்நிலையில் உள்ளவர்கள் குறிப்பாக கருப்பினத்தவர்களுக்கு இந்தத் தொழில் நுட்பம் போய்ச் சேரக்கூடாது என்று விரும்பினார். உயரினத் தாருக்கு உறுப்புமாற்ற அறுவை சிகிச்சை மூலம் நீண்ட ஆயுளையும், கீழ்நிலையில் உள்ளவர்களுக்கு மரணத்தையோ அல்லது கட்டாய கருத்தடையையும் முன்மொழிந்தார் காரெல்; ஹிட்லரையும் புகழ்ந்தார்.

விஞ்ஞானியாக இருந்த காரெல் உடனடியாக மறைஞானியாக மாறிப்போனார். ஒரு மனிதன் அந்தரத்தில் மிதப்பதன் மூலம் பல

நூறாண்டுகள் வாழலாம் என்று சிந்தித்தார். ஒருவர் மற்றவரோடு மனதோடு பேசிக்கொள்ளலாம் என்கிற கோட்பாட்டிலும் நம்பிக்கை வைத்தார். அவரது ஆய்வக அறை தற்பொழுது பலிபீடத்தை உள்ளடக்கிய வழிபாட்டிடமாக மாறியது. மருத்துவ அதிசயங்கள் பற்றி உரையாற்றினார். தென் அமெரிக்கா சென்று அங்கு ஒரு சர்வாதிகாரியாக மாறுவதாகக் கனவு கண்டதாக பிதற்றினார். பெரும்பான்மையான விஞ்ஞானிகள் அவரிடமிருந்து ஒரு இடைவெளியைக் கடைபிடித்தனர். ஆனால் பெரும்பாலான தென் அமெரிக்க வெள்ளையினத்தவர்கள் அவரை ஒரு ஆன்மீகத் தலைவராகவும், அறிவுஜீவியாகவும் பாவித்தனர்.

Reader's Digest[3] காரெலின் கட்டுரைகளைத் தாங்கி வந்தது. Man the Unknown என்ற தனது புத்தகத்தில் அமெரிக்க அரசியலமைப்புச் சட்டத்தில் "சட்டத்தின் முன் அனைவரும் சமம்" என்கிற சரத்தை கடுமையாக எதிர்த்தார். "பலவீனமான சிந்தனையைக் கொண்ட மனிதனும், அறிவாளியும் சட்டத்திற்கு முன் சமமாக இருக்க முடியாது" என்று வாதிட்டார். அவரது புத்தகம் 20 லட்சம் பிரதிகள் விற்றது. இருபதுக்கு மேற்பட்ட மொழிகளில் மொழிபெயர்க்கப்பட்டது. காரெல்லை சந்திக்க வந்த கூட்டத்தைக் கட்டுப்படுத்த காவல்துறைதான் வரவேண்டியிருந்தது!

இவ்வளவு களேபரங்கள் இருந்தாலும் காரெலின் கண்டு பிடிப்பான இறவாத்தன்மை கொண்ட கோழி இதய செல்கள் பற்றிய செய்திகள்தான் பத்திரிக்கைகளை அலைக்கழித்தன. ஒவ் வொரு ஜனவரி 17ஆம் தேதியும் காரெலும் அவரது உதவியாளர் களும் வரிசையாக நின்று கோழி இதய செல்களுக்கு பிறந்த நாள் வாழ்த்துக்கள் கூறுவார்கள். இந்த செல்கள் மருத்துவத்தின் முகத்தையே மாற்றப்போகின்றன என்று ஊதிப்பெருக்கப்பட்டாலும் அவ்வாறு ஒரு போதும் நடக்கவில்லை.

காரெல் திசு வளர்ப்பு பற்றி வெளியிட்ட செய்திகள் நகைப் பிற்கிடமாக மாற ஆரம்பித்தன. ஒரு கட்டத்தில் "இந்த செல்கள் சூரிய குடும்பத்தை விட மிகப்பெரிய அளவிற்கு பல்கிப்பெருகவுள்ளன" என்று கூறுமளவிற்குச் சென்றுவிட்டார். "இந்த செல்கள் ஏற்கனவே இந்த பூமியைச் சுற்றி வளைத்துவிட்டன" என்று The Literary Digest[4] எழுதியது. "இந்தச் செல்களைக் கொண்டு அட்லாண்டிக் கடலை ஒரே மூச்சில் தாண்டிவிடக்கூடிய ராட்சத பறவையை உருவாக்க முடியும்" என்று ஒரு பிரிட்டிஷ் பத்திரிக்கை எழுதியது. இன்னொரு பக்கம் திசு வளர்ப்பு பற்றியான ஆபத்துகளை பல

புத்தகங்கள் தொடர்ந்து விமர்சித்தும் வந்தன. எழுபது விழுக்காடு குழந்தைகள் திசு வளர்ப்பு முறையில் உருவாக்கப்பட உள்ளன; திசு வளர்ப்பு மூலம் ராட்சத "நீக்ரோக்கள்" அல்லது இரண்டு தலை தேரையையும் உருவாக்க முடியும் என்று பல புத்தகங்கள் கற்பனை செய்தன.

1930களில் Lights Out என்கிற வானொலி திகில் நிகழ்ச்சி ஒவ்வொரு அமெரிக்கரின் வீட்டையும் ஆக்கிரமித்துக்கொண்டது தான் இத்தகைய கற்பனைகளுக்கு முத்தாய்ப்பாக இருந்தது. இதில் டாக்டர் ஆல்பர்ட் அவர்களின் புனைக் கதை ஒளிபரப்பப்பட்டது. இதில் இவர் கண்டுபிடித்த இறவாத்தன்மை கொண்ட கோழி இதய செல்கள் கட்டுப்பாட்டை இழந்து நகரையே சிறு சிறு குமிழ்களால் நிரப்பி அனைவரையும் கொன்றுவிடும். ஆனால் காரெல் உருவாக்கிய கோழி இதய செல்கள் அவ்வாறு எதையும் செய்யவில்லை. உண்மையில் அவைகள் நீண்ட காலம் வாழவு மில்லை. நாஜிக்களோடு இணைந்து செயல்பட்டார் என்ற குற்றஞ் சாட்டப்பட்டு வழக்கு காலத்திலேயே இறந்து போனார் காரெல். அதன் பிறகு அவரது கண்டுபிடிப்பில் சந்தேகம் ஏற்பட்டு லியோனார்ட் ஹேஃப்லிக் (Leonard Hayflick) என்கிற விஞ்ஞானி ஆராய ஆரம்பித்தார். காரெலின் கண்டுபிடிப்பை அவருக்குப் பிறகு கையிலெடுக்க யாரும் முன்வரவில்லை. மேலும் அவரது கண்டுபிடிப்பு அடிப்படையான உயிரியல் விதியை மீறுவதாக இருந்தது: அதாவது சாதாரண செல்கள் இறப்பதற்கு முன்பு வரையறுக்கப்பட்ட தடவைகள் மட்டும் பிரிந்து செல்லும். ஆக காரெல் உருவாக்கிய கோழி இதய செல்கள் ஒரு குறிப்பிட்ட காலத்திற்குப் பிறகு இறந்துவிட்டன. தெரியாமலோ அல்லது வேண்டுமென்றோ புதிய செல்களை காரெல் வளர் ஊடகத்தில் இட்டு வந்திருக்கிறார் என்ற முடிவிற்கு வந்தார் ஹேஃப்லிக். அதனை சோதித்து அறிந்துவிடலாம் என்று பார்த்தால் காரெல் உருவாக்கியிருந்த திசு வளர்ப்பு ஊடகத்தை அவரது உதவியாளர் ஒருவர் தூக்கிக் குப்பைத்தொட்டியில் போட்டு சாட்சியமில்லாமல் செய்துவிட்டார்!

மிகவும் புகழ்ந்து பேசப்பட்ட கோழி இதய செல்கள் "இறந்து" ஐந்து வருடங்கள் கழித்து, அதாவது 1951இல் ஹென்ரிட்டாவின் செல் கே அவர்களின் ஆய்வகத்தில் வளர ஆரம்பித்திருந்தது. பொதுமக்கள் மத்தியில் இறவாத்தன்மை கொண்ட செல்கள் வளர்ப்பு பற்றிய ஈர்ப்பு மறைந்திருந்தது. ஹென்ரிட்டா செல்கள் ஆய்வகத்தில் வளர்ந்துகொண்டிருந்தது கொண்டாடப்படத்தக்க

நிகழ்வாக உருவாகவில்லை. உண்மையில் யாரும் அதனைப் பற்றி கவலைப்படவுமில்லை.

குறிப்புகள்

1. WAAM தொலைக்காட்சி - பால்டிமோரில் இயங்கி வந்த ஒரு தொலைக்காட்சி.

2. பாச் (Bach) - ஜெர்மன் நாட்டைச் சேர்ந்த இசை மேதை.

3. Reader's Digest - அமெரிக்க மாத இதழ்.

4. The Literary Digest - ஃபங்க் மற்றும் வாக்னல்ஸ் (Funk and Wagnalls) என்கிற அமெரிக்க பதிப்பகத்தால் வெளியிடப் பட்ட வாராந்திர இதழ்.

கிடைத்துவிட்டது ஒரு சோதனைப் பொருள்!

1951ஆம் ஆண்டு ஜூன் மாதத்தில், புற்றுநோய் தனது உடல் முழுவதும் பரவி வருவதை உணர முடிவதாக தனக்கு சிகிச்சையளித்த மருத்துவர்களிடம் ஹென்ரிட்டா பலமுறை முறையிட்டிருக்கிறார். ஆனால் அவரது மருத்துவ அட்டையில் "நோயாளி அவர் நன்றாக இருப்பதாக உணர்வதாகக் கூறுகிறார்" என ஒரு மருத்துவர் எழுதியுள்ளார். தனக்கு சிகிச்சையளித்த மருத்துவர்களிடம் எந்த ஒரு கேள்வியையும் ஹென்ரிட்டா கேட்டதாக எந்த பதிவும் இல்லை. உண்மையில் இதுதான் அப்போதைய நடைமுறையாகவும் இருந்திருக்கிறது. 1950களில் நோயாளிகளிடமிருந்து நோய் குறித்த அடிப்படையான விஷயங்களை மறைப்பது என்பது பொதுவாக வழக்கத்தில் இருந்தது. கருப்பினத்தவர்களைப் பற்றிக் கேட்கவே வேண்டாம். பால்டிமோரில் 1951இல் கருப்பினத்தவர்களுக்கு தனி அறைகளில் வைத்துதான் சிகிச்சையளிக்கப்பட வேண்டும் என்பது சட்டமாக இருந்தது. எனவே வெள்ளையின மருத்துவர்களின் தொழில் தர்மம் குறித்து கருப்பினத்தவர்கள் எந்தக் கேள்வியும் கேட்கக் கூடாது என்பது பொதுவில் புரிந்துகொள்ளப்பட்டது. தங்களுக்கு மருத்துவம் பார்க்கிறார்களே என்று கருப்பினத்தவர்கள் மகிழ்ச்சிப் பட்டுக்கொள்ள வேண்டியிருந்தது.

ஒரு வெள்ளையின நோயாளிக்கு அளிக்கப்படும் சிகிச்சைக்கு ஒப்பான சிகிச்சை ஹென்ரிட்டாவிற்கு அளிக்கப்பட்டதாக ஹாவார்டு ஜோன்ஸ் குறிப்பிட்டுள்ளார். ஆனால் நோயின் இறுதிக் கட்டத்தில்தான் கருப்பினத்தவர்கள் சிகிச்சைக்கு அனுமதிக்கப் பட்டுள்ளனர் என்று ஆய்வுகள் காட்டுவதாக ஸ்க்லூட் கூறுகிறார். கருப்பினத்தவர் மத்தியில் மரண விகிதம் எப்பொழுதும் அதிக மாகவே இருந்து வந்துள்ளது குறிப்பிடத்தக்கது.

ஹாப்கின்ஸ் மருத்துவமனைக்கு இம்முறை சிகிச்சைக்கு வந்த ஹென்ரிட்டா சென்ற முறை போலல்லாமல் இம்முறை வயிற்றில் ஏற்பட்ட "அசௌகரியம்" கடுமையான வலியாய் மாறியுள்ளதாகக் கூறினார். ஆனால் இம்முறையும் மருத்துவர் "மீண்டும் எந்த பிரச்சினையும் இல்லை" என்று எழுதினார். இரண்டு வாரங்கள் கழித்து மீண்டும் சிகிச்சைக்கு வந்த ஹென்ரிட்டாவால் நடக்கக் கூட முடியவில்லை; சிறுநீர் கழிக்கவும் முடியவில்லை; கதீட்டர் பொருத்தப்பட்டு வீட்டுக்கு அனுப்பப்பட்டார். மீண்டும் மூன்று நாட்கள் கழித்து தாங்க முடியாத வலியுடன் வந்த ஹென் ரிட்டாவின் வயிற்றை அழுத்திப் பார்த்த மருத்துவர் கல் போன்ற பொருள் தட்டுப்படுவதை உணர்ந்தார். ஹென்ரிட்டாவிற்கு சிகிச்சையளித்த மருத்துவர்கள் ஒன்று கூடி எக்ஸ்ரே எடுத்துப் பார்த்து அந்தக் கட்டியை அகற்றமுடியாது என்று கூறிவிட்டனர். இப்பொழுதுதான் "நோயாளி வலியில் இருக்கிறார்" என்று சிகிச்சைக் குறிப்பேட்டில் ஒரு மருத்துவர் எழுதினார்!

நிலைமை இன்னும் மோசமாக ஆரம்பித்தது. ஹென்ரிட்டாவால் நடக்கக் கூட முடியவில்லை. டேவிட் அவரை காரில் வைத்துதான் மருத்துவமனைக்கு அழைத்துச் சென்றார். புற்றுநோய் கட்டிகள் கருப்பை, இரண்டு சிறுநீரகங்கள் மற்றும் சிறுநீர் நாளம் ஆகிய இடங்களில் உருவாகியிருந்தன. குறைந்தபட்சம் வலியைக் குறைப் பதற்காகவேனும் மீண்டும் கதிர்வீச்சு சிகிச்சை அளிக்கப்பட வேண்டும் என்று முடிவு செய்யப்பட்டது. ஹென்ரிட்டா இறந்து கொண்டிருக்கிறார் என்று டேவிட் மற்றும் அவரது உறவினர்கள் நம்பவில்லை. மருத்துவர்கள் இன்னமும் சிகிச்சையளித்துக் கொண்டிருக்கிறார்கள் என்றுதான் நம்பினர். ஒவ்வொரு நாளும் கதிர்வீச்சின் அளவு அதிகரிக்க அதிகரிக்க ஹென்ரிட்டாவின் ரண வேதனைக்கு அளவில்லாமல் போனது. ஒரு கட்டத்தில் அவரது வயிற்றின் வெளிப்பகுதி தீப்பிடித்து கருகியது போல் கருத்துப்போனது.

சா. சுரேஷ்

தனது 31 ஆவது பிறந்த நாளுக்கு ஒரு வாரத்திற்கு முன்னால் மீண்டும் மருத்துவமனைக்கு வந்த ஹென்ரிட்டா இம்முறை தங்கி சிகிச்சை பெற்றுக்கொண்டார். ஜார்ஜ் கே அவர்களின் வேண்டுகோளுக்கிணங்க இரண்டாவது முறை ஹென்ரிட்டா விடமிருந்து மாதிரி எடுக்கப்பட்டது. இந்த செல்களும் முதலில் எடுக்கப்பட்ட செல்களைப் போன்று வளர்கின்றனவா என்று சோதித்துப் பார்க்க ஆசைப்பட்டார் கே. ஆனால் இம்முறை கதிர்வீச்சு, அதிகளவிலான மருந்துகளினால் மாசுபட்டிருந்த ஹீலா செல்கள் வளர் ஊடகத்தில் வளராமல் இறந்து போயின.

ஹென்ரிட்டாவின் வலியைக் குறைக்க பல்வேறு மருந்துகள் பரிசோதித்துப் பார்க்கப்பட்டன. டெமரால்[1] (Demerol) பயன்படுத்திப் பார்க்கப்பட்டது. பின்னர் மார்பின்[2] (Morphine) பயன்படுத்தப்பட்டது. அது எந்த பயனும் தரவில்லை. பின்னர் ட்ரோமரான்[3] (Dromoran) பயன்படுத்தப்பட்டது. அது சில நாட்களுக்கு வலியைக் குறைத்தது. கடைசியாக அவரது தண்டுவடத்தில் வெறும் ஆல்கஹால் ஊசியின் மூலம் செலுத்தப்பட்டது. அதுவும் பலனளிக்கவில்லை. மரணத்துடனான போராட்டத்தில் தோல்வியுற்ற ஒரு பலவீனமான மாதிரியாக (Specimen) மாறிப்போனார் ஹென்ரிட்டா.

ஒரு முறையேனும் ஜார்ஜ் கே ஹென்ரிட்டாவை சந்தித்ததாகவோ அல்லது அவரது ஹீலா செல்களைப் பற்றி பேசியதாகவோ எந்தப் பதிவும் இல்லை என்று ஹாப்கின்ஸ் மருத்துவமனையில் கே அவர்களுடன் பணியாற்றிய லாரே ஆரேலியனைத் தவிர மற்ற அனைவரும் கூறியுள்ளனர் என்பது முக்கியமானது. ஏனென்றால் கே போன்ற ஆய்வாளர்கள் தங்களது சோதனைப் பொருள்களை நேரிலெல்லாம் சந்திப்பதில்லை!

குறிப்புகள்

1. டெமொரால் - மெபிரிடின்(Meperidine) என்கிற வலி மரப்பு மருந்து. இதன் விற்பனை பெயர் டெமொரால்

2. மார்பின் - ஒரு வலி நிவாரணி. மிதமானது முதல் கடுமையான வலிக்கு இம்மருந்து பயன்படுத்தப்படுகிறது.

3. ட்ரோமரான் - இதுவும் ஒரு வலி நிவாரணி. இதன் இன்னொரு பெயர் லிவர்ஃபனால் (Leverphanol)

தேவதை விடைபெறுகிறாள்

1951ஆம் ஆண்டு செப்டம்பருக்குள் உதரவிதாணம், நுரையீரல் மற்றும் சிறுநீர்ப்பை என ஹென்ரிட்டாவின் உடல் முழுவதும் கட்டி பரவிவிட்டது . வயிறு வீங்கி ஆறு மாத கர்ப்பிணியைப் போல் காட்சியளித்தார். அவருக்கு அளிக்கப்பட்ட மருந்துகளே விஷமாகிப்போனதால் சிறுநீரகத்தால் இரத்தத்தை சுத்திகரிக்க முடியாமல் போக, தொடர்ந்து இரத்தம் ஏற்றப்பட வேண்டி யிருந்தது. இரத்த வங்கியில் இரத்தம் வந்து சேரும் வரை ஹென்ரிட்டாவிற்கு இரத்தம் ஏற்றுவதை நிறுத்தி வையுங்கள் என்று ஒரு மருத்துவர் எழுதுமளவிற்கு இரத்தத் தட்டுப்பாடு ஏற்பட்டது. ஹென்ரிட்டாவிற்கு இரத்தம் தேவைப்படுகிறது என்ற தகவலைக் கேட்டதும் அவரது உறவினன் எம்மெட் லேக்ஸ் இன்னும் சில நண்பர்களை அழைத்துக்கொண்டு மருத்துவமனை வந்து சேர்ந்தான்.

தனது குழந்தை எல்சியைப் பார்க்க வேண்டும் என்று ஆசைப் பட்டபோது கடந்த முறை அவளை அழைத்துச் சென்றிருந்தான் எம்மெட். தனது தாயைப் பார்த்ததும் வழக்கம் போல் ஒரு குருவியைப் போல் சத்தம் எழுப்பி ஓடிவந்தாள் எல்சி. தூக்கி அனைத்து முத்தமிட்டு நன்றாக வளர்கிறாள் என்று எம்மெட்டிடம் கூறினாள் ஹென்ரிட்டா. அதுதான் கடைசி சந்திப்பு.

மருத்துவமனை படுக்கையில் ஹென்ரிட்டாவின் கை, கால்கள் இறுக்கிக் கட்டப்பட்டிருந்தன, வலியின் உக்கிரம் தாங்காமல் கால், கைகளை தன்னிலை மறந்து மேலும் கீழுமாக அடித்துக் கொண்டதால் இந்த ஏற்பாடு. சில சமயம் வலியினால் வலிப்பு வந்துவிடும். அப்பொழுது பல்லினால் நாக்கினை கடித்துவிடாமல் இருக்க தலையணையை வாயில் வைத்து திணித்தார்கள்.

செப்டம்பர் 24, 1951 அன்று ஒரு மருத்துவர் அதிகளவில் மார்பின் கலந்த ஊசியை செலுத்துமாறு எழுதிவிட்டு அனைத்து விதமான சிகிச்சையையும் நிறுத்தச் சொல்லிவிட்டார். இரண்டு நாள் கழித்து பைத்தியம் பிடித்தவர் போல் கத்திக்கொண்டு அங்குமிங்குமாக ஓடினார் ஹென்ரிட்டா. தான் சாகப்போவதாகவும் தனது குழந்தைகளையும், கணவரையும் பார்த்துக்கொள்ளச் சொன்னார். குறிப்பாக ஒரு வயதே ஆன டெபோராவை நன்கு கவனித்துக் கொள்ளச் சொன்னார். டெபோராவுக்கு நல்ல ஆடைகளை உடுத்த வேண்டும், தலை பின்னிவிடவேண்டும், நகத்திற்கு மைபூச கற்றுக்கொடுக்க வேண்டும் என்றெல்லாம் விரும்பியிருந்தார் ஹென்ரிட்டா. தான் இறந்த பிறகு தனது குழந்தைகளுக்கு எவ்வித கெட்ட விஷயமும் நேரக்கூடாது என்று தனது சகோதரிகளிடம் கூறிவிட்டு சுருண்டு படுத்துக்கொண்டார். அக்டோபர் 4. 1951 அன்று அதிகாலை 12.05 மணிக்கு விடைபெற்றுக்கொண்டது அந்த தேவதை.

பகுதி 2

ஹென்ரிட்டா இறந்த நாளில்...

ஹென்ரிட்டா இறப்பிற்கு எந்த இரங்கற் பாவும் பாடப்படவில்லை. அவர் இறந்த விவரம் கே காதைச் சென்றடைந்தது. ஹென்ரிட்டா உடம்பிலிருந்து இன்னும் செல்களை 'சுரண்டுவது' பற்றிய எண்ணத்தால் பிரேதப் பரிசோதனை செய்ய யோசித்தார் கே. ஹென்ரிட்டாவிற்கு பிரேதப் பரிசோதனை செய்வது எதிர் காலத்தில் அவரது குழந்தைகளுக்கு நல்லது என நம்பவைத்து அவரது கணவரிடமிருந்து அனுமதி வாங்கப்பட்டது.

'வண்ணம் பூசப்பட்ட' பெட்டியில் கிடத்தப்பட்டு பிணவறையில் அமைதியாக உறங்கிக்கொண்டிருந்தார் ஹென்ரிட்டா. அவரது சிறுநீர்ப் பை, குடல், கர்ப்பப் பை, சிறுநீரகம், யோனி, குடல்வால், கல்லீரல், இதயம் மற்றும் நுரையீரல் போன்ற பகுதிகளிலிருந்து செல்கள் சுரண்டி எடுக்கப்பட்டன. இரத்தம் நச்சுத்தன்மை உடையதாக மாறிப்போனதால் ஹென்ரிட்டா இறந்ததாக அதிகாரப்பூர்வமாக அறிவிக்கப்பட்டது. ஒரு பந்தின் அளவிற்கு புற்றுநோய் கட்டி இருந்ததாக பிரேதப்பரிசோதனை அறிக்கையில் கூறப்பட்டிருந்தது. அறுக்கப்பட்ட வயிறு தைக்கப்பட்டு மீண்டும் பெட்டியில் கிடத்தப்பட்டு ஊர் கொண்டு செல்லப்பட தயாராக இருந்தார் ஹென்ரிட்டா.

சா. சுரேஷ்

அலங்காரங்கள் எதுவுமின்றி வெறும் பைன் மரத்திலான சவப்பெட்டியில் கிடத்தப்பட்டு ரயில் மூலம் பால்டிமோரி லிருந்து கிளவர் நோக்கிப் பயணித்தார் ஹென்ரிட்டா. கிளவர் டெப்போவிலிருந்து ஹென்ரிட்டா வீட்டிற்கு ஒரு துருப்பிடித்துப் போன டிரக்கில் உடல் எடுத்துச் செல்லப்பட்டது. இறுதிச் சடங்கில் டேவிட், டெபோரா, ஜோ, சோனி, லாரன்ஸ் ஆகியோர் கலந்துகொண்டனர். கடைசி மகள் எல்ஸி வேறு ஊரில் இருந்தாள். அவளுக்கு தனது அம்மா இறந்தது கூட தெரியாத வயது. ஹென்ரிட்டாவிற்கு இறுதி நாளில் செய்யப்பட்ட சடங்குகள் பற்றி அவரது குடும்பத்தினருக்கு அவ்வளவாக ஞாபகம் இல்லை. ஆனால் அவர் புதைக்கப்பட்ட அந்தத் தருணத்தை அவர்கள் பின்வருமாறு வர்ணிக்கின்றனர்:

'மழை வெளுத்து வாங்கியது, நெடிய இடி நீண்ட நேரம் நீடித்தது, குழந்தைகள் பயத்தில் அலறின, கல்லறை மீது போடப் பட்டிருந்து கொட்டகையின் இரும்பு தகடு அடித்த காற்றில் பிய்த்துக்கொண்டு ஹென்ரிட்டா கல்லறைக்கு மேலாக ஓர் ராட்சத வெள்ளிப் பறவையைப் போல் பறந்தது, அடித்த காற்றில் தீப்பிடித்து புகையிலை வயல்கள் எரிந்து சாம்பலாயின; பறந்து சென்ற தகரம் ஒரு குடிசையை கிடைமட்டமாக சீவிச்சாய்த்தது; அதில் அக்குடிசையில் இருந்து ஹென்ரிட்டா உறவினர் ஒருவர் இறந்து போனார்.

ஹீலா செல் உற்பத்தி தொழிற்சாலை!

ஹென்ரிட்டாவின் மரணத்திற்குப் பிறகு அவரது உடலிலிருந்து எடுக்கப்பட்ட செல்களின் மூலம் லட்சோபலட்சம் செல்களை மீள் உற்பத்தி செய்யும் ஒரு தொழிற்சாலை குறித்தான சிந்தனைக்கு முதன் முதலாக பதியம் போடப்பட்டது. போலியோவை தடுத்து நிறுத்துவதற்கான ஆராய்ச்சிக்கு ஹீலா செல்கள் பயன்படும் என்ற போர்வையில்தான் அந்தத் திட்டம் உருவாக்கப்பட்டது. ஏனென்றால் 1951இன் இறுதிப்பகுதியிலெல்லாம் இவ்வுலகம் போலியோவால் கடுமையாக பாதிக்கப்பட்டதாக வரலாறு பதிவு செய்கிறது. பிட்ஸ்பர்க் பல்கலைக்கழகத்தைச்[1] (Pittsburgh University) சேர்ந்த விஞ்ஞானி ஜோனாஸ் சால்க் (Jonas Salk) என்பவர் உலகின் முதல் போலியோ தடுப்பு மருந்தை கண்டுபிடித்திருப்பதாகவும், ஆனால் அதனை உடனேயே குழந்தைகளுக்கு கொடுக்க முடியா தென்றும், அம்மருந்தை சோதித்துப் பார்க்க பெருமளவில் செல்கள் தேவைப்படுவதாகவும் அறிவித்திருந்தார்.

அமெரிக்க ஜனாதிபதி பிராங்க்ளின் ரூஸ்வெல்ட் ஆரம்பித்திருந்த National Foundation for Infantile Paralysis (NFIP) என்கிற அறக்கட்டளை பெரியளவில் போலியோ தடுப்பு மருந்தை சோதித்துப் பார்ப்பதற்கான முயற்சியை எடுத்துக்கொண்டிருந்தது. (ரூஸ்வெல்ட் போலியோவால் பாதிக்கப்பட்டவர் என்பது

குறிக்கத்தக்கது) இந்தச் சோதனையில் இரண்டு மில்லியன் குழந்தைகளுக்கு போலியோ தடுப்பு மருந்து செலுத்தப்படும். அம்மருந்து போலியோ வைரஸை கட்டுப்படுத்துகிறதா என்று NFIP சோதனை செய்யும். இவ்வாறு செய்வதென்றால் இதற்கு இலட்சக்கணக்கில் நடுநிலைப்படுத்தும் சோதனைகள் (Neutralisation Tests) தேவைப்படும். அதாவது போலியோ தடுப்பு மருந்து செலுத்தப்பட்ட குழந்தைகளின் இரத்தத்தின் பிளாஸ்மா செல்களுடன் போலியோ வைரஸ் செல்லை கலப்பதாகும். தடுப்பு மருந்து சரியாகச் செயல்பட்டால் குழந்தைகளிடமிருந்து எடுக்கப்பட்ட பிளாஸ்மா செல்கள் போலியோ வைரஸைத் தடுத்து செல்லைக் காப்பாற்றும். இல்லையென்றால் போலியோ வைரஸ் செல்லை சீரழித்து விடும். இதனை விஞ்ஞானிகள் நுண்ணோக்கியின் மூலம் உற்றுநோக்குவார்கள். இச்சோதனையை இரண்டு மில்லியன் குழந்தைகளுக்கும் செய்ய வேண்டும்! இதுதான் பிரச்சினை.

ஆரம்பத்தில் நடுநிலைச்சோதனைகளுக்கு குரங்கு செல்கள்தான் பயன்படுத்தப்பட்டன. ஆனால் குரங்குகளின் விலை அதிகம் என்பதால் குரங்கு செல்களைப் பெறுவது சிரமமான காரியமாக இருந்தது. இதற்காக மில்லியன் டாலர்களை செலவளிக்க யாரும் தயாராக இல்லை. ஆகவே குரங்கு செல்களை விட மலிவாகவும் அதே நேரத்தில் ஊடகத்தில் அதிகளவு வளர்த்தெடுக்கக் கூடிய தாகவும் இருக்கிற செல்கள் நோக்கி வலைவீச ஆரம்பித்தது NFIP.

NFIP பெரியளவில் செல்களை உற்பத்தி செய்யும் நபர்களை நாட ஆரம்பித்தது. அதில் முக்கியமானவராகத் தென்பட்டவர் கே. கே அவர்களைப் பொருத்தவரை இந்த வாய்ப்பு என்பது தங்கச்சுரங்கத்திற்கு வழிகாட்டியது போலாயிற்று. போலியோ வைரஸ் சோதனைக்கென்றே NFIP ஆண்டுக்கு 50 மில்லியன் டாலர்களை நன்கொடையாகத் திரட்டிக்கொண்டிருந்தது. இந்த தருணத்தில்தான் இதுவரை தான் பார்த்திராத வகையில் வளர்ந்த ஹீலா செல்களின் முக்கியத்துவத்தை உணர்ந்தார் கே.

பெரும்பாலான செல்கள் வளர் ஊடகத்தில் கண்ணாடிப் பரப்பில் வைக்கப்பட்டு வளரச்செய்யப்படும் பொழுது ஒரு படலமாக பரவி வளரும். பின்னர் அந்தக் கண்ணாடிப் பரப்பிலிருந்து செல்களை சுரண்டி எடுத்து பல்வேறு கண்ணாடிக் குழாய்களில் வைத்ததும் அந்தந்த குழாய்களிலிருந்து செல்கள் வளர ஆரம்பிக்கும். இது

அதிக வேலை பிடிக்கும் செயல். ஆனால் ஹீலா செல்களைப் பொருத்த வரை அந்தப் பிரச்சினை இல்லை. ஹீலா செல்களை வளர் ஊடகத்தில் மிதக்கவிட்டாலே போதும்; வளர் ஊடகம் வைக்கப்பட்டுள்ள கலன் எந்த அளவிற்கு பெரிதாக உள்ளதோ அந்தளவிற்கு செல்கள் உற்பத்தி செய்யப்பட்டிருக்கும். எனவே போலியோ மருந்தை சோதித்துப் பார்ப்பதற்குத் தேவைப்படும் இரண்டு இலட்சம் குழந்தைகளுக்குப் பதிலாக இலட்சக்கணக்கான ஹீலா செல்களைப் பயன்படுத்திக்கொள்ளமுடியும் என்பது உணரப்பட்டது.

1952 ஏப்ரலில் கே தன்னுடைய நண்பர் வில்லியம் ஸ்கெரர் (William Scherer) உடன் இணைந்து ஹீலா செல்லினுள் போலியோ வைரஸை உட்செலுத்தினார். சில நாட்களுக்குள் ஹீலா செல் போலியோ வைரஸால் எளிதில் பாதிக்கப்பட்டு வினையாற்ற ஆரம்பித்தது. இதன் மூலம் போலியோ வைரஸை சோதித்துப்பார்க்க ஹீலா செல்கள் தயாராக இருப்பது தெரியவந்தது. இவ்விஷயத்தை அறிந்த NFIP உடனடியாக டஸ்கிகீ இன்ஸ்டிடியூட்டில் (Tuskegee Institute) செயல்படும் ஹீலா விநியோக மையத்தின் (HeLa Distribution Center) வளர்ச்சியை கவனித்துக்கொள்ள வில்லியம் ஸ்கெரரை ஒப்பந்த அடிப்படையில் நியமித்தது. டஸ்கிகீ பல்கலைக்கழகம் என்பது அமெரிக்காவில் அமைந்துள்ள கருப்பினத்தவர்களுக்கான தலைசிறந்த பல்கலைக்கழகங்களில் ஒன்றாகும். இதன் இயக்குனர் சார்லஸ் பைனம் (Charles Bynum). இவர் ஒரு கருப்பினத்தவர். கருப்பின இளம் விஞ்ஞானிகளுக்கான வாய்ப்புகளை உருவாக்கும் பொருட்டு டஸ்கிகீ பல்கலைக்கழகத்திலேயே ஹீலா செல்களை உற்பத்தி செய்து போலியோ ஆராய்ச்சிக்காக விநியோகிக்கும் ஹீலா விநியோக மையத்தை அமைக்க அவர் முயற்சியெடுத்து வெற்றியும் கண்டார்.

சில மாதங்களிலேயே ஆறு கருப்பின இளம் விஞ்ஞானிகள் டஸ்கிகீயில் ஒரு செல் உற்பத்தித் தொழிற்சாலையை அதற்கே உரித்தான பிரத்யேக அம்சங்களுடன் கட்டி முடித்தனர். அந்தத் தொழிற்சாலைக்கு பல நுட்பவியலாளர்கள் தரக்கட்டுப்பாட்டு அலுவலர்களாக பணியாற்றினர். ஆறு விஞ்ஞானிகளுடன் ஆரம்பிக்கப்பட்ட அந்த ஹீலா செல் உற்பத்தித் தொழிற்சாலையில் 35 விஞ்ஞானிகள் பணியாற்ற ஆரம்பித்தனர். ஒவ்வொரு வாரமும் 6 ட்ரில்லியன் ஹீலா செல்கள் உற்பத்தி செய்யப்பட்டன. ஹென்ரிட்டா இறந்த கொஞ்ச நாட்களுக்குள் கே அவர்கள் ஸ்கெரர் அவர்களுக்கு அனுப்பிய ஒரு குப்பி ஹீலா செல்லிருந்து

ஆரம்பிக்கப்பட்ட உற்பத்தி தற்பொழுது ஒரு வாரத்திற்கு 6 ட்ரில்லியன் ஹீலா செல்கள் என்றளவிற்கு வந்து நின்றது! இந்த செல்கள் சால்க் கண்டுபிடித்த போலியோ தடுப்பு மருந்து பயனுள்ளது என்பதை விஞ்ஞானிகள் நிரூபிக்க உதவின.

கருப்பின விஞ்ஞானிகள் இரவு பகலாக உழைத்து ஒரு கருப்பினப் பெண்ணிடமிருந்து எடுக்கப்பட்ட செல்லைக்கொண்டு பெரும்பாலும் மில்லியன் கணக்கான வெள்ளையினத்தவர்களை போலியோ நோயிலிருந்து காப்பாற்றுவதற்கான பணியில் தங்களை அர்ப்பணித்துக்கொண்டனர்.

டஸ்கிகீ மையம் முதலில் போலியோ சோதனை ஆய்வகங்களுக்கு மட்டும் ஹீலா செல்களை விநியோகம் செய்துகொண்டிருந்தது. ஹீலா செல்கள் உற்பத்தியில் பற்றாக்குறை ஏற்படாது என்ற நிலை உருவானதும் 10 டாலர்கள் மற்றும் விமான போக்குவரத்து செலவு ஆகியவற்றை செலுத்தும் எந்த ஒரு விஞ்ஞானியும் ஹீலா செல்களைப் பெற்றுக்கொள்ளலாம் என்றாகிவிட்டது.

ஒரு குறிப்பிட்ட சூழலில் ஒரு செல் எப்படி நடந்துகொள்கிறது, ஒரு குறிப்பிட்ட வேதிப்பொருளுடன் எவ்வாறு வினையாற்றுகிறது, எப்படி சில புரோட்டின்களை உற்பத்தி செய்கிறது என்று விஞ் ஞானிகள் அறிய நினைத்தால் அவர்களுக்கு தோதாகப்பட்டது ஹீலா செல்கள்தான். அவைகளை வாங்கி ஆராய்ச்சி செய்ய ஆரம்பித்து விடுவார்கள். புற்றுநோய் செல்களாக இருந்தாலும் ஹீலா செல்கள் சாதாரண செல்களுக்கான குணாம்சங்களையும் கொண்டிருந்தன. அவைகள் சாதாரண செல்களைப் போன்று புரோட்டீன்களை உற்பத்தி செய்தன; பகுப்படைந்து ஆற்றலை வெளியிட்டன; ஜீன்களை உற்பத்தி செய்து அவைகளை ஒழுங்குபடுத்தின; நோய்களால் பாதிக்கப்பட்டன. அதன் மூலம் பாக்டீரியா, ஹார்மோன், புரோட்டீன் குறிப்பாக வைரஸ்கள் பற்றியான தொகுப்பாய்விற்கும் மற்றும் ஆராய்ச்சிக்குமான குறைந்தபட்ச உபகரணமாக ஹீலா செல் மாறியது.

ஒரு உயிருள்ள செல்லினுள் வைரஸ் மரபுப் பொருளை உட்செலுத்தும்போது அந்த செல் வைரஸ்களை மறுஉற்பத்தி (Reproduce) செய்கிறது. அதாவது அந்த வைரஸ் செல் ஓம்புயிரி செல்லை அவ்வாறு மாற்றிவிடுகிறது. ஹீலா செல்லினுள்ளும் அவ்வாறு வைரஸ் மரபுப்பொருளை உட்செலுத்திய போது இதே வேலையைத்தான் அவைகளும் செய்தன. ஆனால் மற்ற

செல்களை விட ஹீலா செல்களில் வைரஸ்கள் மறுஉற்பத்தி செய்யப்படும் வேகம் அதிகமாக இருந்தது. மொத்தத்தில் ஹீலா செல்கள் அதிவேக குதிரையாகச் செயல்பட்டன.

ஐம்பதுகளின் ஆரம்பத்தில் விஞ்ஞானிகள் மத்தியில் வைரஸ் பற்றியான புரிதல் என்பது அப்பொழுதுதான் வேர்கொள்ள ஆரம்பித்திருந்தது. அமெரிக்க நாட்டில் உள்ள ஆய்வகங்களில் ஹீலா செல்களின் வருகைக்குப் பிறகு அனைத்து விதமான வைரஸ் செல்களும் அதனுள் செலுத்தப்பட்டு எவ்வாறு வைரஸ்கள் செல்லினுள் நுழைகின்றன, மறுஉற்பத்தி செய்யப்படுகின்றன மற்றும் எப்படி செல்லினுள் பரவுகின்றன என்பது பற்றியும் ஆராயப்பட்டன.

இதனூடாகவே, விஞ்ஞானிகள் ஒரு முக்கியமான கண்டு பிடிப்பை நிகழ்த்தியிருந்தனர். ஹென்ரிட்டா இறந்து சில வருடங்கள் கழித்து அவரது செல்களைப் பயன்படுத்தி எவ்வாறு செல்களை ஒரு இயக்கமற்ற நிலைக்கு (Freezing Position) கொண்டு வருவது என்று முயன்று வெற்றியும் கண்டனர். அதன் மூலம் பதப்படுத்தப்பட்ட உணவுப்பொருளை அயல்நாடுகளுக்கு அனுப்புவது போன்று உலகம் முழுதும் இயக்கமற்ற நிலையில் செல்களை அனுப்பும் முறை கண்டறியப்பட்டது.

உயிருள்ள செல்களை தற்காலிகமாக இயக்கமற்ற நிலையில் வைப்பது என்கிற தொழில்நுட்பம் விஞ்ஞானிகளை ஆகர்சித்தது. ஏனென்றால் ஒரு செல்லின் பல்வேறு வளர்ச்சி கட்டங்களில் அதன் இயக்கத்தை நிறுத்தி வைக்கமுடியும். அதாவது டேப் ரிக்கார்டரில் Pause பொத்தானை அமுக்குவது போன்று செல் பகுப்பு, வளர்சிதை மாற்றம் போன்ற பல்வேறு நிலைகளில் ஒரு செல்லின் இயக்கத்தை நிறுத்திவைக்க முடியும். இதன் மூலம் வெவ்வேறு நுண்ணுயிரிகளை (உம். பாக்டீரியா மற்றும் வைரஸ்) வெவ்வேறு செல்களில் செலுத்தி அவைகளில் இந்த நுண்ணுயிரிகள் ஏற்படுத்தும் மாற்றங்களை உற்றுநோக்க முடியும். அதாவது ஒரு குறிப்பிட்ட காலத்தில் பாக்டீரியா செலுத்தப்பட்ட செல்களில் ஏதேனும் மாற்றங்கள் உருவாகியிருந்தால் அதே காலத்தில் வைரஸ் செலுத்தப்பட்ட செல்களில் அத்தகைய மாற்றம் ஏதேனும் நிகழ்கிறதா, அப்படி நிகழாவிட்டால் பாக்டீரியா செலுத்தப்பட்ட செல்களின் இயக்கத்தை நிறுத்திவைத்து வைரஸ் செலுத்தப்பட்ட செல்களில் ஏற்படப்போகும் மாற்றத்திற்காக காத்திருக்க வேண்டும். இதன் மூலம் ஒரு ஒப்பீட்டு ஆய்வு சாத்தியமாகும்.

மேலும் ஒரு செல் புற்றுநோய் செல்லாக மாற்றமடையும் அந்த தருணத்தையும் காண முடியும் என்றும் விஞ்ஞானிகள் நம்பினர். இப்படித்தான் இந்தத் தொழில்நுட்பம் உதவியது.

பல்வேறு இடங்களில் இருந்த ஆய்வகங்கள் திசுவளர்ப்புக் கென்றே ஒரே மாதிரியான தொழில்நுட்பத்தையும், வளர் ஊடகங்களையும் (Culture Medium) பயன்படுத்த ஆரம்பித்ததும் மனித செல்களிலிருந்து குளோனிங் செய்யப்பட்ட செல்களை உருவாக்கும் தொழில்நுட்பத்தில் ஒரு சீர்மை உருவானது. இதற்கு முன்னால் திசு வளர்ப்பிற்கென்று எல்லோராலும் ஏற்றுக்கொள்ளப்பட்ட பிரத்யேக முறை என்பது இல்லை. தற்பொழுதுதான் டாலி என்கிற ஆடு குளோனிங் மூலம் உருவாக்கப்பட்டது. ஆனால் அப்போதே விஞ்ஞானிகள் ஹீலா செல்லை குளோனிங் மூலம் மீண்டும் உருவாக்கியிருந்தார்கள். இங்கு குளோனிங் பற்றி பேசப்படுவதற்குக் காரணம் இருக்கிறது. அதாவது தற்பொழுது விஞ்ஞானிகளிடம் இருந்த ஹீலா செல்கள் ஒரு தனித்த செல்லிலிருந்து உருவாக்கப்பட்டவைகள் அல்ல. அவைகள் ஹென்ரிட்டா லேக்ஸின் கருப்பையிலிருந்து சிறிய அளவில் செதுக்கி எடுக்கப்பட்ட துண்டுகளாகும். அதில் நல்ல செல்களும் இருந்தன; புற்றுநோயால் பாதிக்கப்பட்ட செல்களும் இருந்தன. பிற்பாடு ஊடகத்தில் வளர்க்கப்பட்ட ஹீலா செல்களும் இதே கலவையாகத்தான் இருந்தன. அதில் சில செல்கள் மற்றவையை விட வேகமாக வளர்ந்தன; எனவே ஒரு தனித்துவமான பண்புக்கூறைக் கொண்ட ஹீலா செல்களை உருவாக்கும் பொருட்டு விஞ்ஞானிகள் அத்தகைய செல்களை பிரித்தெடுத்து நூற்றுக்கணக்கில், ஆயிரக்கணக்கில் குளோனிங் செய்ய ஆரம்பித்தனர்.

ஆராய்ச்சியாளர்கள் நீண்ட காலமாக மனித செல்லில் 48 குரோமோசோம்கள் உள்ளன என்றும், செல்லினுள் உள்ள டி.என்.ஏ.க்கள்தான் மரபுசார் தகவல்களை கொண்டிருப்பதாக நம்பினர். செல்களில் குரோமோசோம்கள் கொத்தாக இருந்த தால் அவைகளைப் பிரித்து எண்ணமுடியவில்லை. 1953இல் டெக்ஸாஸ் மாகாணத்தைச் சேர்ந்த ஒரு விஞ்ஞானி தவறுதலாக ஹீலா செல்களை ஒரு தவறான கலவையுடன் கலந்துவிட்டார். உண்மையில் அது ஒரு அதிர்ஷ்டவசமான தவறாகும். இதனால் செல்லினுள்ள குரோமோசோம்கள் மொதித்து உப்பி குரோமோ சோம்கள் தனித்தனியாக தெரிய ஆரம்பித்தன. இதனால் ஸ்வீடன் மற்றும் ஸ்பெயின் நாட்டைச் சேர்ந்த இரண்டு விஞ்ஞானிகள்

மனித செல்லில் மொத்தம் 46 குரோமோசோம்கள் இருக்கின்றன என்று அறிவிக்க ஏதுவாயிற்று.

ஹீலா செல்லின் சாதகங்கள் அதற்கான தேவையை அதிகப்படுத்தின. டஸ்கிகீ மையத்தில் ஹீலா செல்களின் உற்பத்தி போதவில்லை. ஹீலா செல்லின் தேவையை நன்கு புரிந்து கொண்ட சாமுவேல் ரீடர் (Samuel Reader) என்கிற அறிவியல் பற்றிய எந்த அறிவும் இல்லாத ஒரு இராணுவ வீரர் மான்ரோ வின்சென்ட் (Monroe Vincent) என்கிற தனது நண்பரான ஒரு விஞ்ஞானியுடன் இணைந்து ஹீலா செல்களுக்கான சந்தைத் தேவையை பயன்படுத்திக்கொள்ள முடிவு செய்தார். பல விஞ் ஞானிகளுக்கு ஹீலா செல்கள் தேவைப்பட்டன. இருந்தாலும் அதனை பெரியளவில் உற்பத்தி செய்கிற பொறுமையும், நேரமும் சிலருக்கே இருந்தது. எனவே ரீடரும், வின்சென்டும் இணைந்து மிகப்பெரியளவில் இலாபத்திற்காக செல் வினியோக மையத்தை ஆரம்பித்தனர். இதனை அவர்கள் செல் தொழிற்சாலை என்றனர். ரீடரின் வியாபாரம் பெருகப் பெருக டஸ்கிகீ செல் விநியோக மையத்தின் தேவை குறைய ஆரம்பித்தது.

பனிப்போர் காலத்தில் விஞ்ஞானிகள் ஹீலா செல்களை கடுமையான கதிர்வீச்சிற்கு உட்படுத்தினர். ஏனென்றால் அவர்கள் அணுகுண்டு வீச்சு எவ்வாறு செல்களைப் பாதிக்கின்றன மற்றும் அந்த பாதிப்பிலிருந்து எவ்வாறு அந்த செல்களை மீட்டெடுப்பது என்பது பற்றி ஆராய்ந்தனர்.

ஒரு கட்டத்தில் YWCA (Young Women Christian Association) இல் பணியாற்றிய உடற்கல்வி இயக்குனர் ஒருவர் திசு வளர்ப்பு பற்றி கேள்விப்பட்டு அவர்களது சங்கத்தில் இருக்கின்ற வயதாகிக் கொண்டிருக்கிற பெண்களுக்கு திசு வளர்ப்பு தொழில்நுட்பம் உதவுமா என்று கேள்வி கேட்டு சில ஆராய்ச்சியாளர்களுக்கு கடிதம் எழுதியிருந்தார். அதில் அங்குள்ள பெண்கள் தங்களது தோல் மற்றும் முகத்தில் வயதான பின் ஏற்படுகிற சுருக்கங்கள் பற்றி கவலை தெரிவித்துள்ளார்கள். எனவே எப்பொழுதும் தொண்டைப்பகுதி மற்றும் முகத் தசை செல்களை உயிர்ப்போடு வைத்திருக்க செல் தொழில்நுட்பம் உதவுமா என்று கேட்டு அந்தக் கடிதத்தை முடித்திருந்தார். பெண்களின் கழுத்துக்கு ஹென்ரிட்டா செல்களால் இளமையை அளிக்கமுடியவில்லை. ஆனால், அமெரிக்கா மற்றும் ஐரோப்பா முழுவதும் உள்ள அழகுசாதனப் பொருட்கள் தயாரிப்பு நிறுவனங்கள் தங்களது

பொருட்களை சோதித்துப் பார்க்க சோதனைச் சாலை விலங்குகளைப் பயன்படுத்துவதற்குப் பதிலாக அப்பொருட்கள் ஏற்படுத்தும் செல் சேதாரத்தைக் கண்டறிய ஹீலா செல்களைப் பயன்படுத்தின.

ஒரு முறை அமெரிக்க அரசாங்கத்தின் வேண்டுகோளின் அடிப்படையில் தூர கிழக்கு நாடுகளில் ஏற்பட்டிருந்த இரத்தக் கசிவு காய்ச்சல்[2] (Hemorrhagic Fever) பற்றி ஆராய ஹீலா செல்கள் அங்கு கொண்டு செல்லப்பட்டன. அப்பகுதியில் அந்நோய் எண்ணற்ற அமெரிக்கப் படை வீரர்களைக் கொன்று குவித்துக் கொண்டிருந்தது குறிப்பிடத்தக்கது.

ஹென்ரிட்டா லேக்ஸ் என்கிற கருப்பினப் பெண்ணின் செல்கள்தான் விஞ்ஞானத்தின் ஒரு பகுதி வளர்ச்சிக்கு உதவிகர மாக இருந்தன. விஞ்ஞானம் ஹென்ரிட்டாவிற்கு கடமைப்பட்ட அளவிற்கு விஞ்ஞானிகள் ஹென்ரிட்டாவிற்கோ, ஹீலா செல் களுக்கோ கடமைப்பட்டிருக்கவில்லை. வியாபாரமே ஒற்றைப் புள்ளியாய்; கருப்பினத்தவருக்கெதிரான விஞ்ஞான அநீதியின் இன்னொரு பரிமாணம்தான் ஹீலா செல்கள் சந்தைப்படுத்தப் பட்ட விதம். கருப்பினத்தவர்கள் எடுப்பார் கைப்பிள்ளைப் போல் பயன்படுத்தப்பட்டது போன்றே ஹீலா செல்களும் குணாம் சத்தில் இருந்தன என்பது வியப்பான ஒன்று. இவ்வளவு பயன் பாட்டைக்கொண்ட ஹீலா செல்களின் மூலகாரணி யார் என்று இப்பொழுது உலகம் கேள்வி கேட்க ஆரம்பித்திருந்தது.

குறிப்புகள்

1. பிட்ஸ் பல்கலைக்கழகம் - அமெரிக்காவில் பென்சில் வேனியா மாகாணத்தில் அமைந்துள்ள பல்கலைக் கழகம்.

2. Hemorrhagic Fever - இரத்தக்கசிவு காய்ச்சல்; வைரஸ் களால் ஏற்படும் காய்ச்சல். இதில் இரத்தத்தின் உறையும் தன்மை குறைந்து இரத்தக்கசிவு ஏற்பட்டு உயிருக்கு ஆபத்தாகக் கூட முடியும்.

ஹெலன் லேன்

ஹீலா செல்களுக்குப் பின்னால் ஹென்ரிட்டா என்கிற பெண் இருந்தார் என்பதை பலர் (பொதுமக்கள் அல்ல) அறிந்து வைத்திருந்தாலும், சிலர்தான் அந்தப் பெயரை கசியவிடத் தயாராக இருந்தார்கள். ஹென்ரிட்டா பெயரைப்பற்றி கே அவர்கள் வில்லியம் ஸ்கெரெர், அவரது ஆலோசகர் ஜெரோம் சைவெர்டன் (Jerome Syverton) மற்றும் NFIP இல் பணியாற்றுபவர்களிடம் மட்டும் சொல்லியிருந்தார். கே நடத்திய ஆய்வகத்தில் பணியாற்றியவர்களுக்கும் இது பற்றி தெரிந்திருந்தது. மினியா புலிஸ் ஸ்டார்[1] (Minneapolis Star) என்கிற பத்திரிக்கைதான் ஹீலா செல்களுக்குப் பின்னால் இருக்கின்ற பெண்ணின் பெயரை முதன்முதலில் வெளியிட்டது. ஆனால் அப்பத்திரிக்கை செய்தியாளர் ஹென்ரிட்டா லேக்ஸின் பெயரைத் தவறான எழுத்துக்களோடு வெளியிட்டிருந்தார்: அதாவது Henriettaa Lacks என்பதற்குப் பதிலாக Henrietta Lakes என்று.

மினியாபுலிஸ் ஸ்டார் பத்திரிக்கையிடம் ஹென்ரிட்டா லேக்ஸ் என்ற பெயரின் ஏறத்தாள சரியான வடிவத்தை யார் சொன்னது என்பது யாருக்கும் தெரியவில்லை. எது எப்படியோ பெயர் வெளியாகிவிட்டது. பத்திரிக்கையில் பெயர் வெளியாகி இரண்டு நாட்கள் கழித்து NFIP-இன் செய்தித் தொடர்பாளர்

ரோலண்ட் ஹெச்.பெர்க் (Roland H.Berg) என்பவர் ஹீலா செல்கள் பற்றி ஒரு புகழ்பெற்ற இதழுக்கு கட்டுரை எழுதப்போவதாக கே அவர்களுக்கு கடிதம் எழுதியிருந்தார். கட்டுரை எழுத ஒப்புதல் கொடுத்தாலும் அந்தக் கட்டுரையில் ஹென்ரிட்டாவின் பெயர் வெளியிடப்படக்கூடாது என்று கே பதிலனுப்பியிருந்தார்.

ஒரு நோயாளியின் அந்தரங்கம் வெளியிடப்படக்கூடாது என்கிற உங்களது கருத்தை நான் வரவேற்கிறேன்; ஆனால் நான் தனிநபர்கள் பற்றி எழுதுகிற அனைத்துக் கட்டுரைகளிலும் அவர்களது அந்தரங்கத்தைப் பாதுகாத்தே வந்திருக்கிறேன் என்று பதில் எழுதினார் பெர்க். ஆனால் ஒரு தனிநபர் பற்றிய செய்தியை வெளியிடுவதன் மூலம் எவ்வாறு அவரது அந்தரங்கம் பாது காக்கப்படுகிறது என்பதை பெர்க் தனது கடிதத்தில் விளக்கவே இல்லை.

இது குறித்து கே, டிலிண்டேக்கும், ஹாப்கின்ஸ் மருத்துவ மனையில் இருந்தவர்களுக்கும் கடிதம் எழுதினார். ஹென்ரிட்டா பெயரை வெளியிடுவதில் டிலிண்டே எந்த மறுப்பும் சொல்ல வில்லை. ஆனாலும் ஒரு கற்பனைப் பெயரில் ஹென்ரிட்டா பற்றிய கட்டுரையை எழுதலாம் என்று மீண்டும் கடிதம் எழுதினார் கே. ஆனால் ஹென்ரிட்டாவின் பெயர் மினியாபுலிஸ் ஸ்டார் இதழில் தவறாக பதிவாகியுள்ளது என்று கே கடைசி வரையிலும் பெர்க்கிடம் சொல்லவுமில்லை, பெர்க் அந்தக் கட்டுரையை எழுதவுமில்லை.

சில மாதங்கள் கழித்து காலியர்ஸ்[2] (Collier's) இதழைச் சேர்ந்த பில் டேவிட்சன் (Bill Davidson) என்கிற செய்தியாளர் பெர்க் எழுத நினைத்து எழுதாமல் விட்ட கட்டுரையை தான் எழுதப் போவதாகவும் அதற்கு கே அவர்களின் பேட்டி வேண்டுமென்றும் கே அவர்களுக்கு கடிதம் எழுதினார். இந்த முறை கே கொஞ்சம் கறாராக இருந்தார். ஏனென்றால் கே அவர்களுக்கு நிதியுதவி செய்கிற நிறுவனத்தோடு பெர்க் தொடர்புடையவராக இருந்ததால் கொஞ்சம் விட்டுக்கொடுத்தார் கே. ஆனால் பில் டேவிட்சன் அவ்வாறு இல்லை என்பதால் இரண்டு நிபந்தனைகளின் கீழ் பேட்டி தருவதாக கே கூறினார். அதாவது கட்டுரையை தான் இறுதிப்படுத்த வேண்டும் மற்றும் ஹீலா செல் எந்த பெண்ணிட மிருந்து உருவானது என்பது பற்றிய தகவல் வெளியிடப் படக்கூடாது என்று நிபந்தனை விதித்திருந்தார் கே.

அந்தப் பத்திரிக்கையின் ஆசிரியை இதற்கு மறுத்துவிட்டார். ஆனால் கே விட்டுக்கொடுக்கவில்லை. இறுதியில் கே தான் வெற்றிபெற்றார். ஹீலா செல்கள் பற்றியும், ஹென்ரிட்டா பற்றியும் வெளியான கட்டுரையில் ஹென்ரிட்டா பெயர் ஹெலன் எல். (Helen L.) என்று குறிப்பிடப்பட்டிருந்தது. அதே போன்று ஹென்ரிட்டாவின் உடலிலிருந்து செல்கள் அவரது மரணத்திற்குப் பின்னர்தான் எடுக்கப்பட்டன என்றும் குறிப்பிடப்பட்டிருந்தது. இப்படித்தான் அந்தக் கட்டுரையை கே இறுதிப்படுத்தியிருந்தார்! உண்மையை மறைத்துத்தான் கே இந்தக் கட்டுரை வெளியாக அனுமதித்திருந்தார்.

பத்திரிக்கையாளர்களின் பார்வையிலிருந்து ஹென்ரிட்டா லேக்ஸ் என்ற பெயரை மறைப்பதற்காகத்தான் புனைப்பெயரை கே உருவாக்கியிருந்தார் என்பது பின்னர் தெரிந்தது. காலியர்ஸ் இதழில் கட்டுரை வெளியான தேதியிலிருந்து 1970கள் வரைக்கும் ஹென்ரிட்டா லேக்ஸின் பெயர் ஹெலன் லேன் (Helen Lane) என்றோ அல்லது ஹெலென் லார்சன் (Helen Larson) என்றோதான் அறியப்பட்டது. இதனால் ஹென்ரிட்டா குடும்பத்தினருக்கு அவரது செல்கள் இன்னும் உயிரோடு இருந்தன என்பதை அறியும் வாய்ப்பே ஏற்படாமலிருந்தது.

குறிப்புகள்

1. மினியாபுலிஸ் ஸ்டார் (Minneapolis Star) - அமெரிக்காவில் மினசோடா(Minnesota) மாகாணத்தின் மிகப்பெரிய நகர மான மினியாபுலிஸ் நகரில் வெளியாகும் நாளிதழ்.

2. காலியர்ஸ் (Collier's) - அமெரிக்க வார இதழ்

ஹென்ரிட்டா வாரிசுகளின் இளம்பருவம்...

ஹென்ரிட்டாவின் இறுதி நிகழ்ச்சிக்குப் பிறகு உறவினர்கள் அவரது குழந்தைகளைப் பார்த்துக்கொள்ளவும், சமைத்துக் கொடுக்கவும் வந்து தங்கினர். கூட்டம் கூட்டமாய் வந்தார்கள், சென்றார்கள். அதில் யாரோ ஒருவர் காசநோயை குழந்தைகளுக்கு பரப்பிவிட்டுச் சென்றுவிட்டார். ஹென்ரிட்டா இறந்து ஒரு வாரங்களுக்குள் அவரது குழந்தைகள் சோனி, டெபோரா மற்றும் ஜோ ஆகியோர் காசநோயால் பாதிக்கப்பட்டனர்.

குழந்தைகளின் தந்தை டேவிட் ஒரே நாளில் இரண்டு வேலைகளுக்குச் சென்றுகொண்டிருந்ததால் குழந்தைகளைப் பார்த்துக்கொள்ளும் பொறுப்பு மூத்த மகன் லாரன்ஸ் வசம் வந்தது. லாரன்ஸ் பள்ளியிலிருந்து நின்றுவிட்டான். லாரன்ஸ் சுறுசுறுப்பானவன். அவனுக்கு 16 வயது ஆன போதே தனக்கு 18 வயது ஆகிவிட்டதாகக் கூறி வாக்காளர் அட்டையையும் பெற்றுவிட்டான். ஏனென்றால் அவன் வீட்டில் பிறந்தவன். அவனுக்குப் பிறப்புச்சான்று என்று எதுவுமில்லை. ஆனால் அந்தத் திட்டம் அவனுக்கே ஆபத்தாக முடிந்து போனது. கொரியப் போரின்[1] (Korean War) போது அமெரிக்க காங்கிரஸ் இராணுவத்திற்கு ஆள் சேர்க்கும் வயதை 18 வருடம் எனக் குறைத்தது. லாரன்ஸ் 16 வயதிலேயே இராணுவத்தில்

சேர்க்கப்பட்டு விர்ஜினியாவிற்கு அனுப்பப்பட்டான். லாரன்ஸ் சென்றுவிட்டதால் ஹென்ரிட்டாவின் குழந்தைகளை வேறு யாரேனும் வளர்க்க வேண்டியிருந்தது.

தங்களுடைய அம்மாவிற்கு என்ன நேர்ந்தது என்று அந்தக் குழந்தைகள் கேட்கப் பயப்பட்டன. ஏனென்றால் வீட்டில் வளர்ப்பு முறை மிக கெடுபிடியாகவும், மூர்க்கத்தனமாகவும் இருந்தது. அந்த வீட்டில் எதெல் (Ethel) என்ற பெண் ஹென்ரிட்டாவின் குழந்தைகளைப் பார்த்துக்கொள்வதாக தனது கணவன் கேலன் (Gallen) உடன் வந்து தங்கினாள். எதெல் ஹென்ரிட்டாவிற்கு உறவுக்காரப் பெண். ஹென்ரிட்டா மீது கடும் பொறாமை கொண்டிருந்தவள். ஹென்ரிட்டாவின் மீதுள்ள பொறாமையை குழந்தைகளிடம் காட்டத்தான் அந்த வீட்டிற்குள் நுழைந்துள்ளதாக எல்லோரும் பேசிக்கொண்டனர்.

ஹென்ரிட்டாவின் குழந்தைகள் பசியால் வாடினர். காலையில் எல்லோருக்கும் ஒரு பிஸ்கெட்டை கொடுப்பாள் எதெல். அதன் பிறகு இரவு உணவு வரை எதுவும் கிடையாது. குளிர்சாதனப் பெட்டி, அலமாரி என எல்லாவற்றிலும் பூட்டுப் போட்டு பூட்டிவிடுவாள். குழந்தைகள் உணவு நேரத்தைத் தவிர இடையில் எதையும் எடுத்துச் சாப்பிட்டுவிட முடியாது. இதனிடையே இரண்டு ஆண்டுகள் கழித்து லாரன்ஸ் இராணுவத்திலிருந்து திரும்பினான். அவனுக்கு தனது சகோதர சகோதரிகள் படும்பாடு தெரியாது.

குழந்தைகள் வளர்ந்த பின்னர் அவர்கள் கருக்கலிலேயே எழுந்துவிடவேண்டும். வீட்டை சுத்தம் செய்வது, சமைப்பது, துணிதுவைப்பது, கடைக்குச் செல்வது போன்ற வேலைகளைச் செய்ய நிர்ப்பந்திக்கப்பட்டனர். கோடைக்காலங்களில் புகை யிலைச் செடியில் உள்ள புழுக்களை கையால் அகற்றும் பணியை மேற்கொண்டனர். அவர்களின் கைகளில் புகையிலைச் சாறு படிந்து கறை ஏற்பட்டு விடும். அது பின்னர் வாய் வழியாக வயிற்றுக்குள் சென்று உடல் உபாதைகளை ஏற்படுத்தியது. சூரிய உதயத்திலிருந்து அஸ்தமனம் வரை கடுமையாக உழைத்தார்கள். இரவு வரை தண்ணீரோ உணவோ கிடையாது. எதெல் அவர்களை கட்டிலில் அமர்ந்துகொண்டு கவனிப்பாள். யாரேனும் ஒருவர் வேலை செய்யாவிட்டாலும் அனைவருக்கும் இரத்தம் வரும்வரை அடிதான். ஒரு முறை சோனியை ஒயரால் (wire) அடித்து மருத்துவமனையில் அனுமதிக்கப்படுமளவிற்குச்

செய்துவிட்டாள். ஜோ கதை வேறு.

ஜோ படுத்திருக்கும்போதோ அல்லது சாப்பிட உட்காரும் போதோ ஏன் எதற்கென்று இல்லாமல் எதெல் அவனை விளாசித் தள்ளுவாள். கையில் அகப்படும் ஷூ, கம்பு, நாற்காலி என அனைத்தையும் எடுத்து வீசி அடிப்பாள். சுவற்றின் ஓரத்தில் ஒரு காலில் நிற்கச் செய்து மூக்கினை சுவற்றோடு முட்டிக்கொண்டு நிற்கச் செய்வாள். கயிற்றால் ஒரு நாள் முழுதும் கட்டிப்போட்டுவிடுவாள். சில நேரங்களில் சோதித்துப் பார்ப்பாள். சோதனையின் போது பழைய நிலையிலேயே நிற்கவேண்டும். இல்லையென்றால் பெல்ட்டைக் கொண்டு அடிப்பாள். யாரும் ஜோவைக் காப்பாற்ற உதவிக்கு வரக்கூடாது. சோனியோ அல்லது டெபோராவோ ஏதேனும் சொன்னால் பிரித்தெடுத்துவிடுவாள் எதெல். ஒரு கட்டத்தில் ஜோவிற்கு எல்லாம் மரத்துவிட்டது. மூர்க்கத்தனமாக வளர ஆரம்பித்தான். கூரை மீது ஏறி படுத்துக்கொண்டு தன்னிடமுள்ள துப்பாக்கியைக்கொண்டு அறிமுகமில்லாதவர்களையெல்லாம் சுட ஆரம்பித்தான். ஒரு நாளைக்கு ஒன்றிரண்டு முறை போலீஸ் அவன் வீட்டிற்கு வந்து அவனை எச்சரித்துச் செல்லும். ஹென்ரிட்டாவிற்கு புற்றுநோய் உருவாகியிருந்த கட்டத்தில் அவளது வயிற்றில் இவன் கருவாக இருந்ததால் ஜோவிற்கு மூளையில் ஏதோ ஆகிவிட்டது என்று நினைத்தார்கள்.

1959இல் லாரன்ஸ் தன்னுடைய தோழியான பாப்பட் கூப்பருடன் (Bobbette Cooper) புதிய வீட்டிற்கு குடியேறினான். இருவரும் காதலித்து மனமொத்து வாழ்ந்தனர். அப்பொழுது லாரன்ஸிற்கு வயது 24. ஹென்ரிட்டாவின் குழந்தைகளை எதெல் கொடுமைப்படுத்தும் விஷயத்தைக் கேள்விப்பட்டு அவர்களை தானே வளர்ப்பதாக பாப்பட் தன்னுடன் அழைத்து வந்தாள். அப்பொழுது டெபோராவிற்கு வயது 10. டெபோராவின் சகோதரர்கள் பட்ட கஷ்டம் முடிவிற்கு வந்தது. ஆனால் டெபோரா விற்கு புதிய வடிவில் இன்னல் உருவானது.

கேலன் (எதெல் கணவன்) வடிவில் டெபோரா பாலியல் தொல்லைக்கு உள்ளானாள். கேலன் பற்றி டெபோரா தனது தந்தை டேவிட்டிடம் சொன்னபோது அவர் நம்பவே இல்லை. ஒரு முறை டெபோராவை வன்புணர்ச்சி செய்யவும் முயற்சித்தான் கேலன். ஒரு முறை டேவிட் கண் முன்னரே கேலன் பலாத்காரம் செய்ய முயற்சிக்கும்போது தப்பிக்கப் பார்த்த டெபோராவை

காயப்படுத்தினான். கண்புருவத்தில் இரத்தம் வழிந்தோட வீட்டிற்கு வந்தவளிடம் பாப்பட் விசாரித்தபோது கேலன் தன்னை தாக்கிய விஷயத்தை மட்டும் சொன்ன டெபோரா கேலன் தன்னை பலாத்காரம் செய்ய முயன்றதை மறைத்துவிட்டாள். ஏனென்றால் பாப்பட் கோபத்தில் கேலனை துப்பாக்கியில் சுட்டுக் கொன்றுவிடுவாள் என்று பயந்தாள் டெபோரா.

டெபோரா தக்கப்பட்டதைக் கேள்விப்பட்ட பாப்பட் பத்ர காளியாய் கேலன் வீட்டிற்கு சென்றாள். யாரேனும் லேக்ஸ் குழந்தைகள் மீது கைவைத்தால் அவர்களைக் கொலை செய்து விடுவேன் என்று கத்திவிட்டு வந்தாள். உரிய வயது வரும் வரை எந்த ஆணிடமும் தொடர்பு வைத்துக் கொள்ளக்கூடாது என்று அறிவுரையும் கூறினாள் பாப்பட்.

இதனிடையே டெபோரா தனது தாயிற்கும், சிறுவயதில் இறந்து போன தனது தங்கை எல்சி ஆகியோருக்கு என்ன நடந்தது என்று கேட்டு நச்சரிக்க ஆரம்பித்தாள். லாரன்ஸிடம் கேட்டு நச்சரித்த பின் ஒரு கட்டத்தில் அவன் அழுதுவிடுவான். டேவிட்டிடம் கேட்டால் ‘உன் அம்மா பெயர் ஹென்ரிட்டா லேக்ஸ், நீ சின்னக் குழந்தையாக இருக்கும்பொழுதே அவள் இறந்துவிட்டாள்” என்று கூறுவதோடு நிறுத்திக்கொள்வான்.

குறிப்புகள்

1. கொரியப் போர் (Korean War) - 1950-1953 வரை வட மற்றும் தென் கொரிய நாடுகளுக்கிடையே நடந்த போர். அமெரிக்காவால் வழிநடத்தப்பட்ட ஐ.நா. படை தென்கொரியாவுக்கு ஆதரவாகவும், சீனா வட கொரியாவுக்கு ஆதரவாகவும் போரிட்டது. அப்போது பெற்றோர் சம்மதத்துடன் 17 வயதிலும், சம்மதமில்லாமல் 18 வயதிலும் இராணுவத்தில் சேர்வதற்கு ஏதுவாக அமெரிக்க பெடரல் சட்டம் திருத்தப்பட்டது.

இதுதான் விஞ்ஞான அறவியல்!

உலகம் முழுவதுமுள்ள ஆய்வகங்களில் ஹீலா செல்கள் படு மும்முரமாக வளர்க்கப்பட்டுக்கொண்டிருந்த போது செஸ்டர் சவுதம் (Chester Southam) என்கிற வைரஸ் நிபுணருக்கு ஒரு வினோதமான எண்ணம் உருவானது. இவர் ஸ்லோன்கெட்டரிங் புற்றுநோய் மையத்தில்[1] (Sloan-Kettering Institute for Cancer) வைரஸ் பற்றிய படிப்பிற்கான துறைத் தலைவராக இருந்தார். ஹீலா செல்களோடு நித்தம் புழங்கிக்கொண்டிருக்கும் விஞ்ஞானிகளுக்கு அது தொற்றிக்கொண்டு புற்றுநோயை ஏற்படுத்தி விடாதா என்பதுதான் அந்த எண்ணம். ஏனென்றால் ஒரு விஞ்ஞானி ஹீலா செல்களைத் தொடுகிறார், அதன் பக்கத்தில் உட்கார்ந்தே சாப்பிடுகிறார், சுவாசிக்கிறார். ஆனால் அப்பொழுது புற்றுநோய் தொற்றுநோயாக உருவெடுக்குமா என்று ஒருவரும் அறிந்திருக்க வில்லை. சவுதம் உள்ளிட்ட விஞ்ஞானிகள் புற்றுநோய் என்பது வைரஸாலோ அல்லது எதிர்ப்பு சக்தி குறைவாலோ ஏற்படுகின்ற நோய் என்றே நம்பினர். எனவே சோதித்துப் பார்த்து விடுவது என்று முடிவு செய்தார் சௌதம்.

ஏற்கனவே புற்றுநோயால் பாதிக்கப்பட்டு சிகிச்சைக்காக அனுமதிக்கப்பட்டிருந்த ஒரு பெண்ணின் முன்னங்கையில் ஹீலா செல்களை ஊசி மூலமாக ஏற்றினார் சௌதம். ஊசி

போடப்பட்ட இடத்தின் பக்கத்தில் ஒரு சிறிய புள்ளியை அழியாத மையினால் குறித்தார். அப்பொழுதுதான் சில காலம் கழித்து ஹீலா செல்கள் ஊசி மூலம் செலுத்தப்பட்ட இடத்தை எளிதில் அடையாளம் காண முடியும். அதே போல் இன்னும் பல நோயாளிகளின் முன்னங்கைகளிலும் ஹீலா செல்களை ஏற்றினார். இன்னொருவரின் புற்றுநோய் செல்களைத்தான் அந்த அப்பாவி நோயாளிகளுக்கு ஊசி மூலம் செலுத்துகிறோம் என்று சௌதம் சொல்லவே இல்லை.

ஹீலா செல்கள் செலுத்தப்பட்ட சில மணிகளுக்குள்ளேயே கைகளில் சிற்சிறு கொப்புளங்கள் ஏற்பட ஆரம்பித்தன. அடுத்த பத்து நாட்களில் அந்த கொப்புளங்கள் இன்னும் கெட்டிப்பட்டன. அவைகளை நீக்கி ஆய்விற்காக அனுப்பி வைத்தார் சௌதம். அந்தக் கொப்புளங்கள் உடலில் நோயெதிர்ப்பு சக்தியால் கட்டுப் படுத்தப்படுகின்றனவா அல்லது அவைகள் புற்றுநோயாக உருமாறுகின்றனவா என கண்டறிய சிலரிடம் கொப்புளங்களை நீக்காமல் விட்டுவைத்தார். ஒரு நான்கு நோயாளிகளுக்கு மட்டும் நீக்கப்பட்ட பிறகும் மீண்டும் மீண்டும் கொப்புளங்கள் வளர்ந்துகொண்டே இருந்தன. அதில் ஒருவருக்கு ஹீலா செல்கள் முழுவதுமாக பரவி புற்றுநோயை உருவாக்கின. மேற்கூறப்பட்ட நோயாளிகள் யாவரும் ஏற்கனவே புற்றுநோயாளிகள் என்பதால் புற்றுநோயால் பாதிக்கப்படாதவர்களிடம் இந்தச் சோதனையை செய்து பார்க்கத் துடித்தார் சௌதம்.

மே *15, 1956* இல் புற்று நோய் சோதனைக்கு சோதனை எலிகளாக *25* சிறைக்கைதிகள் தேவைப்படுகிறார்கள் என்று விளம்பரப்படுத்தினார். சில நாட்களில் ஓஹியோ சிறைச் சாலையிலிருந்து[2] (Ohio Prison) *96* பேர் வந்து குவிந்தனர்; அந்த எண்ணிக்கை விரைவில் *150* ஆக ஆனது! அவர்களுக்கு ஹீலா செலகள் ஊசி மூலமாக முன்னங்கைகளில் செலுத்தப்பட்டன. இவர்களுக்கு ஏற்றப்படுவது புற்றுநோய் செல்கள் என்று முன்னரே அறிவிக்கப்பட்டது. தங்களை சோதனை எலிகளாக உட்படுத்திக்கொண்டமைக்கு ஒவ்வொரு கைதியும் ஒவ்வொரு காரணம் சொல்லிக்கொண்டனர். தான் ஒரு பெண்ணுக்கு அநீதி இழைத்து விட்டதால் அந்த அநீதிக்கு பரிகாரமாகத்தான் இந்த சோதனை எலி பாத்திரம் என்று ஒரு கைதி கூறிக்கொண்டார்!

ஏற்கனவே புற்றுநோயால் பாதிக்கப்பட்டவர்களின் கைகளில் வளர்ந்தது போலவே இவர்களின் கைகளிலும் புற்றுநோய்

கட்டிகள் வளர ஆரம்பித்தன. புற்றுநோய் ஆராய்ச்சிக்காக தங்களது உயிரைப் பணயம் வைத்த இந்தக் கைதிகளின் வீரத்தைப் பற்றி பத்திரிக்கைகள் பிரஸ்தாபிக்க ஆரம்பித்தன. ஒவ்வொரு கைதிக்கும் மீண்டும் மீண்டும் புற்றுநோய் செல்கள் ஊசி மூலம் செலுத்திய பிறகு அவர்களின் எதிர்ப்பு சக்தியால் கொப்புளங்கள் குணமாக ஆரம்பித்தன. இதை மீண்டும் செய்து பார்த்த போது அதே முடிவுதான் கிடைத்தது. தான் எதிர்பார்த்த முடிவை நோக்கி நெருங்கிவிட்டதாக நினைத்தார் சௌதம். புற்றுநோய்க்கான தடுப்பு மருந்தை கண்டுபிடிப்பதற்கான ஒரு முக்கியமான எத்தனிப்பை செய்துள்ளதாக சௌதமை பத்திரிக்கைகள் புகழ்ந்தன.

தொடர்ந்து 600 பேர்களுக்கு மேல் இந்த ஊசி செலுத்தப்பட்டது. அதில் பாதி பேர் புற்றுநோயாளிகள். ஸ்லோன் கெட்டரிங் நினைவு மருத்துவமனைக்கு வரும் நோயாளிகளுக்கும் புற்றுநோய் செல்கள் ஊசி மூலம் செலுத்தப்பட்டன. புற்றுநோய் செல்களைத்தான் நோயாளிகளுக்கு ஏற்றுகிறோம் என்று சொன்னால் அது தேவையில்லாத குழப்பத்தை ஏற்படுத்தும் என்பதால் அது குறித்து நோயாளிகளுக்கு சொல்லத்தேவையில்லை என வாதிட்டார் சௌதம். கடைசி வரை அந்நோயாளிகளுக்கு உண்மை சொல்லப்படவே இல்லை. புற்றுநோய் செல்களை புற்றுநோய் பாதிக்கப்பட்டவர்களின் உடல் நிராகரித்த விகிதமானது புற்று நோய் அல்லாதவர்களின் உடல் நிராகரித்த விகிதத்தை விடக் குறைவாக இருந்தது. இந்த நிராகரிப்பு விகிதத்தை வைத்து உடலின் உள்ளே உருவாகியிருந்தாலும் வெளித்தெரியாமலிருக்கிற புற்றுநோயைக் கண்டுபிடித்துவிடலாம் என எண்ணினார் சௌதம்.

இங்கே சோதனை எலிகளாகப் பயன்படுத்தப்பட்டவர்களெல்லாம் சௌதமின் நோயாளிகளுமல்ல; இவர் அவர்களுக்கு மருத்துவருமல்ல. இவர் பணியாற்றிய ஆராய்ச்சி மையம் நடத்திய மருத்துவமனைக்கு வந்த நோயாளிகளைத்தான் இவர் பயன்படுத்திக்கொண்டார். தன்னுடைய சுயநலத்திற்காக அந்த நோயாளிகளை ஏமாற்றினார் என்றே சொல்லலாம்.

ஜூலை *5, 1963*இல் புரூக்லைனில்[3] (Brooklyn) அமைந்துள்ள யூத கிரானிக் டிசீஸ் ஹாஸ்பிடல் (Jewish Chronic Disease Hospital) இயக்குனர் திரு.இமானுவேல் மேண்டல் (Imanuel Mandel) என்பவருடன் சௌதம் நடத்தவிருந்த சோதனைதான் சௌதமின்

ஆராய்ச்சி வெறிக்கு ஒரு முட்டுக்கட்டை போட்டதெனலாம். சௌதம் மற்றும் மேண்டல் ஆகியோருக்கிடையேயான ஏற்பாட்டின்படி மேண்டல் மருத்துவமனையில் பணியாற்றும் யூத மருத்துவர்கள் 23 நோயாளிகளுக்கு புற்றுநோய் செல்களை ஊசிமூலம் செலுத்துவார்கள். ஆனால் இது குறித்து அந்த நோயாளிகளுக்கு சொல்லப்படக்கூடாது. இந்த ஏற்பாட்டிற்கு அங்கு பணியாற்றிய மூன்று யூத மருத்துவர்கள் நோயாளியின் சம்மதமில்லாமல் இதனைச் செய்ய மறுப்பு தெரிவித்துவிட்டனர். யூதக் கைதிகள் மீது நாஜிக்கள் நடத்திய மருத்துவச் சோதனைகளை அந்த இளைஞர்கள் மறந்துவிடவில்லை.

*1947*இல் மனிதர்கள் சோதனைக்காக பயன்படுத்தப்படுவது தொடர்பாக ஒரு முக்கியமான நிகழ்வு நடந்தேறியது. அமெரிக்கா தலைமையிலான சர்வதேசத் தீர்ப்பாயமானது ஏழு நாஜி மருத்துவர்களுக்குத் தூக்குதண்டனை விதித்து தீர்ப்பளித்தது. நினைத்துப் பார்க்கமுடியாத வகையில் யூதர்களை இந்த மருத்துவர்கள் சோதனைக்காக பயன்படுத்தினார்கள் என்பதுதான் குற்றச்சாட்டு. இவ்வழக்கு ஜெர்மனியில் நியூரம்பர்க் (Nuremberg) என்ற இடத்தில் நடத்தப்பட்டது. இது பின்னர் நியுரம்பர்க் வழக்கு[4] (Nuremberg Trials) என்றே அறியப்பட்டது. உலகில் நடைபெறும் அனைத்து விதமான மனித சோதனைகளைக் கட்டுப்படுத்தும் விதமாக பத்து விதிகளை இத்தீர்ப்பாயம் வகுத்தளித்திருந்தது. இது நியூரம்பர்க் கோடு (Nuremberg Code) என அறியப்பட்டது. இந்த விதித்தொகுப்புகளின் முதல் வரியே “மனிதனின் ஒப்புதல் முக்கியம்” என்று கூறியது. இது அந்தக் காலத்தில் உண்மையில் புரட்சிகரமானது. ஏனென்றால் *1910*இல் விலங்கினங்களைப் பாதுகாக்க சட்டமிருந்ததே தவிர மனிதர்களை சோதனைக்காக பயன்படுத்தப்படுவது தொடர்பாக எந்த விதிமுறையும் இருந்ததில்லை.

சௌதம் *1954*இல் தனது ஆராய்ச்சியை அமெரிக்காவில் நடத்திக் கொண்டிருந்தபோது அங்கு ஒரு முறைசார்ந்த கண்காணிப்பு என்பது கிடையாது. மனிதகுலத்திற்கு நலம் பயக்கிற ஒரு சட்டம் கொண்டுவந்தால் அது அமெரிக்காவிற்கு பொருந்தாதல்லவா! எனவே மனிதர்கள் சோதனைக்காகப் பயன்படுத்தப்படுவது தொடர்பாக அமெரிக்க அரசியல்வாதிகள் ஏதேனும் சட்டம் கொண்டுவந்தால் அதனை விஞ்ஞானிகள் எதிர்த்தனர். இத்தகைய ஆராய்ச்சிகளுக்கு எதிராகக் கொண்டுவரப்பட்ட மசோதாக்கள் அறிவியல் முன்னேற்றத்திற்கு முட்டுக்கட்டை போடுகின்றன

என்ற சாக்கில் தோற்கடிக்கப்பட்டன.

1957இல் தெரிவிக்கப்பட்டு ஒப்புகை பெறுதல் (Informed Consent) என்கிற பதம் பிரசித்தி பெற ஆரம்பித்தது. மார்டின் சால்கோ என்கிற நோயாளிக்கு மயக்க மருந்து செலுத்தப்பட்டதில் அவரது இடுப்பிற்கு கீழ் செயலிழப்பு ஏற்பட்டது. மருத்துவர் இது குறித்து சால்கோவிடம் எதுவும் சொல்லவில்லை. சால்கோவும் இது வழக்கமான நடைமுறைதானென்று எந்தக் கேள்வியும் கேட்கவில்லை. ஆனால் நோயாளியிடம் முறையாக அறிவித்து அவரது ஒப்புதலை வாங்காதது தவறு என்று அம்மருத்துவருக்கு எதிராக நீதிமன்றம் தீர்ப்பளித்தது.

புற்றுநோய் செல்களை ஊசி மூலம் செலுத்துவதற்கு மறுப்பு தெரிவித்த மூன்று மருத்துவர்களுக்குப் பதிலாக இன்னொருவரை அவ்வாறு செய்ய மேண்டல் ஏற்பாடு செய்துவிட்டார். இந்த அறமற்ற செயலைக் கண்டித்து அந்த மூன்று மருத்துவர்களும் தங்களது பொறுப்புகளிலிருந்து ராஜினாமா செய்தார்கள். தங்களது ராஜினாமா கடிதத்தை மேண்டலுக்கு அனுப்பிவிட்டு ஒரு பிரதியை பத்திரிக்கையாளர் ஒருவருக்கும் அனுப்பிவைத்தார்கள்! அவர்கள் மூவரும் யூதர்கள் என்பதால் இவ்விஷயத்தில் அதீதமாக நடந்துகொள்வதாக குற்றஞ்சாட்டினார் மேண்டல்.

மேண்டல் நடத்திய மருத்துவமனையின் இயக்குனர் குழுவின் உறுப்பினர்களில் ஒருவரான வில்லியம் ஹைமேன் என்பவர் அந்த மூன்று யூத மருத்துவர்கள் இவ்விஷயத்தில் அதீதமாக ஒன்றும் நடந்துகொள்ளவில்லையென்றும் அவர்களின் செயலில் ஏதோ உண்மையிருப்பதாக எண்ணினார். எனவே அம்மருத்துவமனையில் சிகிச்சை பெற்ற நோயாளிகளின் பட்டியலைக் கேட்டார். அவரது கோரிக்கை நிராகரிக்கப்பட்டது. ஸ்வீடனில் இதைப்போன்று ஹீலா செல்களை நோயாளிகளுக்குச் செலுத்தி ஆராய்ச்சி செய்த ஒரு மருத்துவரை அந்நாட்டு அரசு தண்டித்துள்ளது என்ற செய்தியை நியூயார்க் டைம்ஸ் இதழ் வெளியிட்டிருந்ததைப் பார்த்த வில்லியம் ஹைமேன் இதைப்போன்ற தண்டனையை சௌதமுக்கு பெற்றுகொடுக்க வேண்டும் என முடிவெடுத்து மருத்துவமனையின் பதிவேடுகளைப் பார்க்க தனக்கு அனுமதி வேண்டி வழக்கு தொடர்ந்தார். ஏற்கனவே ராஜினாமா செய்திருந்த யூத மருத்துவர்கள் ஹைமேனுக்கு ஆதரவாக வாக்குமூலம் அளித்திருந்தார்கள்.

விஷயம் சூடுபிடிக்க ஆரம்பித்திருந்தது. புற்றுநோய் செல்கள் ஏற்றப்பட்ட நோயாளிகளுக்கு அவ்விஷயம் தெரிவிக்கப்பட வில்லை என பத்திரிக்கைகள் எழுதின. சௌதமை பத்திரிக்கையாளர்கள் கேள்விகேட்க ஆரம்பித்தனர். சௌதம் கூறுவது போல் இந்த செல்களை ஊசியாகப் போட்டுக் கொள்வது ஆபத்தில்லையென்றால் ஏன் அத்தகைய ஊசியை சௌதம் போட்டுக்கொள்ளக்கூடாது என்று சயின்ஸ்[5] (Science) இதழ் கேட்டது. தாங்கள் சோதனைச் சாலை எலிகளாக பயன்படுத்தப்பட்டிருப்பதை உணர்ந்த பல நோயாளிகள் அதிர்ச்சியடைந்தனர். ஊடகங்களின் மூலமாக இவ்விஷயத்தைக் கேள்விபட்ட நியூயார்க் மாகாண அட்டர்னி ஜெனரல் லூயிஸ் லெஃப்கோவிட்ஸ் என்பவர் சௌதம் மற்றும் மேண்டல் ஆகியோருக்கு வழங்கப்பட்டிருந்த மருத்துவ ஆராய்ச்சி உரிமத்தை ரத்து செய்யவேண்டும் என வலியுறுத்தினார்.

போர்டு ஆஃப் ரீஜெண்ட்ஸ்[6] (Board of Regents) இருவருக்கும் வழங்கப்பட்ட மருத்துவ ஆராய்ச்சி உரிமங்களை ஓராண்டிற்கு ரத்து செய்தது. பின்னர் அது நிறுத்திவைக்கப்பட்டு அவர்களது தகுதிகாண் பருவம் (Probationary Period) மட்டும் ஓராண்டிற்கு நீட்டிக்கப்பட்டது. தகுதிகாண் பருவம் முடிந்தவுடனேயே சௌதம் புற்றுநோய் ஆராய்ச்சிக்கான அமெரிக்க சங்கத்தின் (The American Association for Cancer Research) தலைவராக தேர்ந்தெடுக்கப் பட்டார்!

அந்த நேரத்தில் சௌதம் மேற்கொண்டதைப் போன்று பல ஆய்வுகள் அறத்திற்கு புறம்பான முறையில் நடத்தப்பட்டதாக நியூ இங்கிலாந்து ஜேர்னல்[7] (New England Journal of Medicine) கூறியது. ஹென்றி பீச்சர் என்கிற மயக்க மருந்து நிபுணர் இவ்வாறு ஆய்வு மேற்கொண்ட 23 குற்றவாளிகளின் பட்டியலை வெளியிட்டார். அதில் சௌதம் ஆய்வு 17 ஆவது இடத்தில் குறிப்பிடப்பட்டிருந்தது. சிலர் குழந்தைகளுக்கு ஹெபாடைடிஸ் வைரஸை செலுத்தி சோதித்தது, சிலர் கார்பன் டை ஆக்ஸைடைப் பயன்படுத்தி நோயாளிகளுக்கு மயக்க மருந்து கொடுத்தது என்பதெல்லாம் நெஞ்சைப் பிழிந்தன. எவ்வளவுதான் கிடுக்கிப்பிடி போட்டாலும் ஹீலா செல்களைக் கொண்டு ஆராய்ச்சி செய்கிற போக்கு என்பது குறையாமல் செழித்தோங்கியது!

குறிப்புகள்

1. ஸ்லோன்கெட்டரிங் புற்றுநோய் மையம் நியூயார்க்கில் அமைந்துள்ள புற்றுநோய் சிகிச்சை மருத்துவமனை. MSK or MSKCC மருத்துவமனை என சுருக்கமாக அழைக்கப்படுகிறது. அந்த நாட்டின் முதல் தரமான புற்றுநோய் சிகிச்சை மையமாகத் திகழ்கிறது

2. ஒஹியோ சிறைச்சாலை - 1834லிருந்து 1984 வரை கொலம்பஸ் நகரில் இயங்கி வந்த சிறைச்சாலை. தற்பொழுது இடிக்கப்பட்டுவிட்டது.

3. புருக்லைன் - நியூயார்க் மாநகரில் அமைந்துள்ள ஒரு நகரம்

4. நியுரம்பர்க் வழக்கு -இரண்டாம் உலகப்போருக்குப் பிறகு போர்க்குற்றங்களில் ஈடுபட்ட நாஜிக்கள் மீது வழக்கு தொடர நேச நாடுகளால் இராணுவ தீர்ப்பாயங்கள் அமைக்கப்பட்டன. வழக்கு ஜெர்மனியில் நியூரம்பர்க் நகரில் நடத்தப்பட்டது. நாஜிக்கள் யூதர்கள் மீது முறையற்ற வகையில் மருத்துவ சோதனைகளை மேற்கொண்டார்கள் எனவும் குற்றஞ்சாட்டப்பட்டிருந்தது. நியூரம்பர்க் நகரில் வழக்கு நடத்தப்பட்டதால் நியூரம்பர்க் வழக்கு என்றழைக்கப்பட்டது.

5. சயின்ஸ் இதழ் - American Association for the Advancement of Science (AAAS)ஆல் வெளியிடப்படும் அறிவியல் இதழ்

6. போர்டு ஆஃப் ரீஜெண்ட்ஸ் - அமெரிக்காவில் தனியார் பல்கலைக்கழகங்கள், அரசுப் பல்கலைக்கழகங்கள் மற்றும் சமூகக் கல்லூரிகளை கண்காணிக்கும் வாரியம்.

7. நியூ இங்கிலாந்து ஜேர்னல் - Massachusetts Medical Society ஆல் வெளியிடப்படும் தரம் வாய்ந்த மருத்துவ இதழ்.

வினோதங்களின் புதிர் ஹீலா செல்

1960 களில் ஹீலா செல் உலகெலாம் பல்கிப் பெருகியிருந்தது. ஓர் அறிவியல் நாளிதழில் வெளியிடப்படும் "நீங்களே செய்து பாருங்கள்" பகுதியில் கொடுக்கப்படும் வழிகாட்டுதலைக் கொண்டே ஹீலா செல்களை வீட்டிலேயே வளர்த்தெடுக்க முடியும் என்கிற நிலை உருவாகியிருந்தது. இன்னும் சிலர் ஹீலா செல்களை உங்கள் வீட்டுத் தாழ்ப்பாள் இடுக்கிலோ அல்லது பாத்திரம் கழுவும் தொட்டியிலோ வளர்க்க முடியும் என்று கிண்டலடிக்கும் அளவிற்கு மானாவாரியாக ஹீலா செல்களை உற்பத்தி செய்து குவித்தது இவ்வுலகம்.

ரஷ்யாவும் அமெரிக்காவும் ஹீலா செல்களை விண்வெளியில் வளர்த்தெடுத்தன! 1960இல் ரஷ்ய விண்வெளித்திட்டத்தின் ஒரு பகுதியாக குப்பிகளில் அடைக்கப்பட்ட ஹீலா செல்கள் விண்வெளிக்கு அனுப்பப்பட்டன. நாசா தன்னுடைய டிஸ்கவரர் XVIII செயற்கைக்கோள் மூலமாக ஹீலா செல்களை விண்வெளிக்கு அனுப்பியது. விலங்குகளை விண்வெளிக்கு அனுப்பியதன் மூலம் இதய ரத்த நாளங்களில் மாற்றங்கள் மற்றும் தசை, எலும்புகளில் சிதைவு மற்றும் சிவப்பணுக்களின் அழிவு போன்றவைகள் ஏற்படும் என்று ஏற்கனவே ஆராய்ச்சியாளர்கள் கண்டறிந்திருந்தனர்; ஆனால் மனித செல்களுக்கு என்ன ஏற்படும் என்பது விஞ்

ஞானிகளுக்குத் தெரியவில்லை. அச்செல்களில் ஏதேனும் மாற்றங்கள் நிகழுமா அல்லது அச்செல்கள் இறந்துவிடுமா என்றறிய விரும்பினார்கள். அதனால்தான் ஹீலா செல்களை விண்வெளிக்குச் செலுத்தி ஆராய்ந்து பார்த்தார்கள்.

விண்வெளிப் பயணத்தில் மனித செல்கள் எப்படி எதிர் வினையாற்றும், அவைகளுக்கான ஊட்டங்களின் தேவை என்ன, அச்சூழலில் புற்றுநோய் மற்றும் புற்று நோயல்லாத செல்கள் எவ்வாறு நடந்து கொள்கின்றன என்பதையும் அறிய விரும்பினர். அவர்களின் ஆராய்ச்சியின் முடிவில் கண்டது உண்மையில் குழப்புவதாக இருந்தது. அதாவது புற்று நோயல்லாத செல்கள் புவி சுற்றுவட்டப்பாதையில் சாதாரணமாகவே வளர்ந்தன. ஆனால் ஹீலா செல்கள் வலிமைமிக்கதாகவும், ஒவ்வொரு முறையும் விண்வெளிக்குப் பயணிக்கும் போதும் மிக வேகமாக பகுப்படைந்து புதிய செல்களை உருவாக்க ஆரம்பித்தன!

*1960*களில் ஆராய்ச்சியாளர்கள் இத்தகைய திசு வளர்ப்பு தொழில் நுட்பத்தின் மூலம் வளர்க்கப்படும் செல்கள் குறித்து இரண்டு முக்கியமான விஷயங்களைக் கண்டறிந்தார்கள். முதலாவது, ஊடகத்தில் வளர்க்கப்பட்ட சாதாரண செல்கள் உருமாறி கடைசியில் புற்றுநோய் செல்களாக மாறின. புற்றுநோய் உருவாகும் முறைமையை கண்டறிய காத்துக்கொண்டிருந்த ஆராய்ச்சி யாளர்களுக்கு இந்நிகழ்வு உண்மையில் ஒரு வரப்பிரசாதமாக இருந்தது. ஏனென்றால் இந்த உருமாற்றத்தைக் கூர்நோக்குவதன் மூலமாக எந்த இடத்தில் சாதாரண செல் புற்றுநோய் செல்லாக மாறுகிறது என்பதைக் கண்டறிந்துவிடமுடியும். ஆனால் புற்று நோய்க்கு ஏதேனும் சிகிச்சை முறையைக் கண்டறிந்துவிட முயலும் ஒருவருக்கு இத்தகைய மாற்றம் சிக்கல் நிறைந்ததாக இருந்தது.

ஜார்ஜ் ஹையாட் (George Hyatt) என்கிற மருத்துவர் மனிதத் தோல் செல்களை வளர் ஊடகத்தில் வைத்து உருவாக்கியிருந்தார். போரில் தீக்காயமுற்ற வீரர்களின் சேதமடைந்த தோல் செல்களை நீக்கிவிட்டு ஊடகத்தில் உருவாக்கப்பட்டிருந்த செல்களைக் கொண்டு அதை ஈடுகட்டிவிடலாம் என்று நினைத்தார். அவ்வாறு தீக்காயத்தில் சேதமடைந்த செல்களை நீக்கிவிட்டு தான் உருவாக்கியிருந்த செல்களை தீப்புண் பட்ட இடத்தில் பரவலாக அப்பிவிட்டார் ஹையாட். சில நாட்கள் கழித்து அந்த செல்களை சோதித்துப் பார்க்கையில் அவைகள் புற்றுநோய் செல்களாக மாறிவிட்டிருந்தன. அரண்டுபோன ஜார்ஜ் ஹையாட்

அச்செல்களை சுரண்டி எடுத்து அப்புறப்படுத்திவிட்டார்.

இரண்டாவது, சாதாரண செல்கள் புற்றுநோய் செல்களாக மாறிய பிறகு அவைகள் அனைத்தும் ஒரே மாதிரியான பண்புகளை வெளிப்படுத்தின. அதாவது, ஒரே மாதிரி பகுப்படைந்தன, ஒரே மாதிரியான என்சைம் மற்றும் புரதங்களை உருவாக்கின. உருமாற்றத்திற்கு முன்பு இவைகள் அவ்வாறு நடந்து கொள்ளவில்லை. உருமாற்றத்திற்குப் பின்பே இச்செல்கள் இவ்வாறு நடந்துகொண்டன. லூயிஸ் கோரியல் (Louis Cariell) என்கிற புகழ் பெற்ற திசு வளர்ப்பாளர் இதற்கான காரணத்தைச் சொன்னார். அதாவது இத்தகைய செல்கள் "உருமாற்றமடைந்த" பின்னர் ஒரே மாதிரியான பண்புகளை வெளிப்படுத்துவதற்குக் காரணம் அந்த செல்கள் வேறு ஒன்றால் மாசுபடுத்தப்பட்டிருக்கின்றன என்பதுதான். ஒரு வேளை பாக்டீரியா அல்லது வைரஸால் மாசுபடுத்தப்பட்டிருக்கலாம் என்றார். உருமாற்றமடைந்த செல்கள் ஹீலா செல்களின் பண்புகளை வெளிப்படுத்தியதால் ஒருவேளை ஹீலா செல்களாலேயே அவைகள் மாசுபடுத்தப்பட்டிருக்கலாம் என்றும் குறிப்பிட்டார்.

அதன் பிறகு அவர் உள்ளிட்ட முன்னணி திசு வளர்ப்பாளர்கள் ஒன்று கூடி திசு வளர்க்கும்போது கடைபிடிக்கப்பட வேண்டிய பாதுகாப்பு அம்சங்கள் குறித்து கலந்தாலோசித்தனர். திசு வளர்ப்பின் மூலம் உருவாக்கப்பட்ட செல்கள் யாவும் கடுமையான தரச் சோதனைக்கு உட்படுத்தப்பட்டன. அவைகள் கொள்கலனில் முறையாக வைக்கப்பட்டு, அடுக்கப்பட்டு, எண்ணிடப்பட்டன. பாக்டீரியா மற்றும் வைரஸ் தொற்றுகள் கண்டறியப்படுவதற்கான சோதனை முறைகள் உருவாக்கப்பட்டன.

இவைகள் ஒருபுறமிருக்க, 1965இல் மருத்துவ உலகில் ஒரு கண்டுபிடிப்பு நிகழ்த்தப்பட்டது. ஹென்றி ஹாரிஸ் (Henry Harris) மற்றும் ஜான் வாட்கின்ஸ் (John Watkins) என்ற இரு பிரிட்டன் விஞ்ஞானிகள் ஹீலா செல்களை சுண்டெலி செல்களுடன் இனக்கலப்பு செய்து முதல் மனித விலங்கு செல் இணைவை உருவாக்கினர். இதற்கு முன்பு தாவர செல் தாவர செல்லோடும், விலங்கு செல் விலங்கு செல்லோடும் இணைக்கப்பட்டதுதான் வளர்ச்சியாக இருந்தது. இவ்வாறு செய்ததன் மூலம் ஜீன்கள் என்ன செய்கின்றன, எவ்வாறு நடந்துகொள்கின்றன என்பது பற்றி அறிந்திட இவ்வாராய்ச்சி உதவிகரமாக இருந்தது.

ஹீலா சுண்டெலி செல் இனக்கலப்பு போன்று ஹாரிஸ் ஹீலா செல்களை இனப்பெருக்கத் திறனற்ற கோழியின் இதய செல்களோடு இனக்கலப்பு செய்தார். ஹீலா செல்லில் உள்ள ஏதோ ஒன்று செயல் திறனற்ற கோழி இதயச் செல்களை செயல் திறன் பெற்ற ஒன்றாக மாற்றும் என்று சந்தேகப்பட்டார். அவர் நினைத்தது சரியாக இருந்தது. இன்னும் அதற்கான காரணத்தைக் கண்டறியாவிட்டாலும், செல்லில் உள்ள ஏதோ ஒன்று ஜீன்களை ஒழுங்குபடுத்தியது என்பதை மட்டும் அவரது கண்டுபிடிப்பு காட்டியது. ஒரு செல்லில் நோய்க்கு காரணமான ஜீனைக் கண்டறிந்து அதனை செயலிழக்கச் செய்வதன் மூலமோ அல்லது ஒரு ஜீனை செயல்படத் தூண்டுவது மூலமோ ஜீன் மருத்துவம் (Gene Therapy) ஒன்றை உருவாக்க முடியும் என்ற நம்பிக்கை ஏற்பட்டது.

இனக்கலப்பு பற்றி விஞ்ஞானிகள் ஆனந்தமடைந்தனர். ஆனால் பத்திரிக்கைகளில் வந்த செய்திகளைக் கண்டு மக்கள் பீதியடைய ஆரம்பித்தனர். அதாவது, மனிதவிலங்கு செல்கள் ஆய்வகங்களில் இனக்கலப்பு செய்யப்படுகின்றன. விரைவில் ஒரு பூதம் உருவாக்கப்படவிருக்கிறது என்று பத்திரிக்கைகள் எழுதின. காண்டாமிருகத்தின் தலை கொண்ட ஒரு பெண் பேருந்து நிலையத்தில் நின்று கொண்டு நாளிதழ் படிப்பது போன்று கார்ட்டூன் வெளியானது. மனிதனின் கருமுட்டையை குரங்கினத்தினதோடு இணைத்து “மேப்” (Man+Ape=Mape) என்ற ஒன்று உருவாக்கப்படும் என்று ஹாரிஸ் லண்டன் பி.பி.சி.யில் பேட்டியளித்ததும் கலவரப்பட்டுப் போனது உலகம். ஆனால் “மனிதர்கள் கடவுளாக மாற முயற்சிக்கிறார்கள்” என்று குற்றஞ் சாட்டி இவர்களது கண்டுபிடிப்பை நிராகரிப்பதாக ஒரு பத்திரிக் கையினால் எடுக்கப்பட்ட சர்வே முடிவு சொன்னது.

டெபோரா மற்றும் சகோதரர்கள்

டெபோரா உயர்நிலைப் பள்ளியில் படிக்கும்பொழுது கருவுற்றி ருந்தாள். இவ்விஷயத்தைக் கேள்விப்பட்ட பாப்பட் கடும் கோப முற்றாலும், டெபோராவை நன்கு கவனித்துக்கொண்டாள். வெட்கப்பட்டு பள்ளிக்குப் போகத் தயங்கியவளுக்கு தைரியம் சொல்லி பள்ளிக்கு செல்லச் சொன்னாள். மறுத்த டெபோராவின் கைகளைப் பிடித்து தரதரவெனெ இழுத்துச் சென்று பள்ளியில் விட்டாள் பாப்பட். வீட்டில் இருக்கும் டெபோராவின் கணவன் ஆல்பிரட் கார்டரையும் கவனித்துக்கொண்டாள். 1960 நவம்பர் 10 அன்று டெபோராவிற்கு ஆண் குழந்தை பிறந்தது.

டெபோராவின் மூத்த சகோதரர்கள் ஓரளவு நல்ல நிலையில் இருந்தார்கள். லாரன்ஸ் சொந்தமாக ஒரு வியாபாரத்தை துவக்கி யிருந்தான். சோனி விமானப்படையில் இணைந்தான். அவர்களின் இளைய சகோதரன் ஜோ எதிலும் சோபிக்கவில்லை. எந்த ஒரு அதிகாரத்தோடும் ஜோ ஒத்துப்போவதில்லை. படிக்கையில் வாத்தியார்களோடும், சக மாணவர்களோடும் சண்டை; படிப்பை பாதியில் விட்டுவிட்டு சில காலம் கழித்து தன்னுடைய 17ஆவது பிறந்தநாளின் போது "இன்னொருவரைத் தாக்கியதாக" நீதிமன்ற வாசலில் வந்து நின்றான். 18ஆம் வயதில் இராணுவத்தில் இணைந் தாலும் அவனது கோபம் கட்டுக்குள் வரவில்லை. ஒழுங்கு என்பது அவன் பக்கத்தில் வரவே இல்லை. மேலதிகாரிகளோடும்,

சக வீரர்களோடும் சண்டைதான். தனிமைச் சிறையில் பிடித்து அடைத்து விட்டார்கள்.

ஏதேனும் ஒழுக்கத்தைக் கற்றுக்கொள்வான் என்பதற்காக இராணுவத்திற்கு அனுப்பப்பட்டதற்கு மாறாக முரடனாக மாறி இராணுவத்தை விட்டு வெளியேறினான் ஜோ. வெளியில் வந்து ஐவி (Ivy) என்கிற ஒரு இளைஞனோடு வம்பு வளர்த்தான். அவனால் நையப்புடைக்கப்பட்டு உடம்பெல்லாம் காயத்துடன் டெபோரா வீட்டிற்குள் வந்து அடைந்துகொண்டான். ஏதேனும் ஒரு கட்டத்தில் அவன் உடம்பில் ஆறிய நிலையில் காயங்களை நீங்கள் பார்க்கமுடியாது. ரணம் ஏதாவது ஒன்று இருந்து கொண்டுதான் இருக்கும்.

டெபோரா வீட்டில் அடைந்துகொண்டவன், சும்மாவிராமல் சமையலறையிலிருந்து ஒரு கத்தியை எடுத்துக்கொண்டு கிளம்பி நேரடியாக ஐவியைச் சந்தித்து அவனது நெஞ்சில் குத்திக் கொலை செய்தான். கொஞ்ச நாட்கள் தலைமறைவாக இருந்து பின்னர் தானே சரணடைந்தான். நீதிபதியிடம் தவறை ஒத்துக்கொண்டான். 15 வருடங்கள் சிறைத்தண்டனையும் பெற்றான். சிறையில் மாற்றம் கண்டான் ஜோ. யாரிடமும் பேசாமலிருப்பான். இஸ்லாம் மதக்கோட்பாட்டில் ஈடுபாடு காட்டினான். பின்னர் தனது பெயரை ஜக்காரியா பாரி அப்துல் ரகுமான் என்று மாற்றிக் கொண்டான்.

இன்னொரு புறம் டெபோராவின் வாழ்க்கை திசை மாறிப் போனது. போதைப்பழக்கத்திற்கு அடிமையாகிப்போனதால் ஆல்பிரட் டெபோராவை தினமும் துவம்சம் செய்ய ஆரம் பித்தான். மூர்க்கத்தையும் நிலைதடுமாற்றத்தையும் ஒருங்கே பெற்று குடும்பத்தைப் பாதுகாக்கும் பொறுப்பிலிருந்து விலகியும் விட்டான் ஆல்பிரட். ஒரு கட்டத்தில் அவனை மாடியிலிருந்து தள்ளிவிட்டு கொலை செய்யும் முயற்சியில் கூட இறங்கிப் பார்த்தாள் டெபோரா. அதிலிருந்து இரத்தக் காயங்களோடு தப்பியும் விட்டான். அவனுக்குத் தெரியாமல் மூட்டை முடிச்சு களோடும், குழந்தைகளோடும் தப்பித்து கூலி வேலை செய்து குழந்தைகளைக் காப்பாற்றினாள் டெபோரா.

ஹென்ரிட்டா தொடர்பான ஆராய்ச்சிகள் மருத்துவ உலகில் சூடுபிடித்துக்கொண்டிருக்கையில் அதற்குத் தொடர்பான குடும்பம் பண்பாட்டு மற்றும் பொருளாதார தளத்தில் நிலைகொள்ள முடியாமல் தடுமாறிக்கொண்டிருந்தது!

ஹீலா அணுகுண்டு

1966 செப்டம்பர் மாதம் பென்சில்வேனியாவில் நடந்த ஒரு கூட்டத்தில் ஸ்டான்லி கார்ட்லர் (Stanley Gartler) என்ற மரபியலாளர் வளர் ஊடக செல் வளர்ப்பு தொடர்பாக ஒரு "துறைசார்ந்த பிரச்சினை" இருப்பதாக எல்லோர் புருவமும் உயரும் வண்ணம் ஒரு சந்தேகத்தை எழுப்பினார். ஊடகத்தில் திசு வளர்ப்பது தொடர்பான பெருங்கூட்டத்தில் கூடியிருந்த மற்ற 700 விஞ்ஞானிகளின் முன்னால்தான் இதனைக் கூறினார் அவர். பெரும்பாலும் எல்லோராலும் ஆய்விற்காக பயன்படுத்தப்படும் 18 வகையான மனித செல்கள் யாவும் தன்னளவில் ஒரு பொதுமைத்தன்மை பெற்றுள்ளதாக ஒலிபெருக்கி முன்னர் அறிவித்தார். அந்த செல்கள் யாவும் குளூகோஸ் 6 பாஸ்பேட் டீஹைரோஜினேஸ்கி (G6PD-A) என்ற மரபுக் குறிப்பானைக்[1] (Genetic Marker) கொண்டுள்ளதாகக் கூறினார். G6PD-A மரபுக்குறிப்பான் பிரத்யேகமாக கருப்பின அமெரிக்கர்களிடம் காணப்பட்டது. இந்த 18 செல் வரிசைகளின்[2] (Cell Lines) இனரீதியான தோற்றுவாயை என்னால் உறுதிப்படுத்தமுடியவில்லை. இருப்பினும் அவைகளில் சில காக்கேசியர்களிடமிருந்தும்[3], அதில் ஒன்று ஒரு நீக்ரோவிட மிருந்து பெறப்பட்டதாகவும் கூறினார் கார்ட்லர்.

ஏற்கனவே ஹீலா செல் வரிசையை யாரிடமிருந்து பெற்றீர்கள்

என்று ஜார்ஜ் கே அவர்களுக்கு கடிதம் எழுதி அதனை ஒரு கருப்பினப் பெண்ணிடமிருந்துதான் பெற்றேன் என்று பதிலும் பெற்றிருந்தார் கார்ட்லர். ஒரு கறுப்பினப் பெண்ணிடமிருந்துதான் ஹீலா செல்கள் பெறப்பட்டன என்பதை அறிந்ததும் அந்த பிரச்சினைக்கான காரணத்தை தான் அறிந்துவிட்டதாக உணர்ந்த கார்ட்லர் பின்வருமாறு அறிவித்தார்: "நாம் ஆய்விற்காகப் பயன் படுத்தும் அனைத்து செல்களும் ஏதோ ஒரு வடிவில் ஹீலா செல்களால் மாசுபடுத்தப்பட்டிருக்கின்றன; ஹீலா செல்கள் தலைசிறந்த மாசுபடுத்திகளாக இருக்கின்றன". மனித செல்களைக் கொண்டு கடந்த 15 ஆண்டுகளாக ஆராய்ச்சி செய்து வருவதாகக் கருதிய ஆராய்ச்சியாளர்களுக்கு இதுவரை ஏதோ ஒரு வடிவில் ஹீலா செல்களால் மாசுபடுத்தப்பட்ட செல்களைத்தான் பயன்படுத்தி வந்தோம் என்ற கார்ட்லரின் கூற்றை ஜீரணிக்க முடியவில்லை. ஏனென்றால் ஹீலா செல் "தூணிலும் இருக்கும், துரும்பிலும் இருக்கும்" என்பதுதான் எதார்த்தம்.

ஒரு வளர் ஊடகத்திலிருந்து இன்னொரு வளர் ஊடகத்திற்கு கழுவப்படாத கைகள் மூலமோ, காலணிகள் மூலமோ, காற்றோட்டமான இடத்தில் காற்றின் மூலமாக பரவிடும் தன்மை கொண்டவை ஹீலா செல்கள். வெவ்வேறு இன மக்களிடமிருந்து எடுக்கப்பட்ட மனித செல்களாயினும், இவைகளெல்லாம் ஹீலா செல்களால் மாசுபடுத்தப்பட்டிருப்பதாக கார்ட்லர் கூறியது மற்றும் சோதனைக்காக பயன்படுத்தப்பட்ட செல் வரிசைகள் அனைத்திலும் கருப்பினத்தவர்களிடம் காணப்படும் G6PD-A மரபுக்குறிப்பான் இருப்பது ஆகிய இரண்டையும் இணைத்துப் புரிந்துகொண்டு, கடந்த 15 ஆண்டுகளாக வீணான ஆராய்ச்சியில் இறங்கி விட்டதாகவும், இதற்காக கோடிக்கணக்கில் டாலர்கள் செலவளிக்கப்பட்டுள்ளதாகவும் அங்குள்ளவர்கள் நினைத்தனர்.

American Type Culture Collection[4] என்கிற அமைப்பின் தலைவராக இருந்த ஸ்டீவன்சன் என்பவர் கார்ட்லர் கருத்தை ஏற்றுக்கொள்ளவில்லை. இந்த அமைப்புதான் ஆராய்ச்சிக்கு தேவையான செல்களை தேவைப்படுபவர்களுக்கு வணிக அடிப்படையில் விநியோகம் செய்யும். இங்கிருந்து வழங்கப்படும் செல்கள் பாக்டீரிய மற்றும் வைரஸ் தொற்றுகள் இல்லை என்று சான்றளிக்கப்பட்டுதான் வழங்கப்படும். மாசுபடுத்தப்பட்டுள்ளதாக சொல்லப்படும் செல்களில் 6 வகையான செல்கள் இந்த அமைப்பிடமிருந்துதான் வினியோகிக்கப்பட்டுள்ளன என்றும் கார்ட்லர் கூறியிருந்தது சர்ச்சையைக் கிளப்பிவிட்டிருந்தது. ஒரு

ஊடகத்தில் வளர்க்கப்படும் செல்கள் இன்னொரு ஊடகத்தில் வளர்க்கப்படும் செல்களை மாசுபடுத்தியதா என்பதை சோதித் தறிய அப்பொழுதெல்லாம் எந்தச் சோதனை முறையும் இல்லை என்பது குறிக்கத்தக்கது.

எனவே உலகில் உள்ள அனைத்து ஆராய்ச்சியாளார்களும் ஏதோ ஒரு வடிவில் ஹீலா செல்களைத்தான் திரும்பத் திரும்ப ஊடகங்களில் வளர்த்துக்கொண்டும், அவைகளை ஆராய்ந்து கொண்டுமிருந்துள்ளனர் என தடாலடியாய் சொன்னார் கார்ட்லர். என்னுடைய பார்வையில் இந்த ஆய்வு முடிவுகளையெல்லாம் தூக்கிப் போட்டுவிட்டு போய்விடலாம் என்று கூறி மேடையை விட்டு இறங்கிவிட்டார்!

ஊடகங்களில் வளர்க்கப்படும் செல்கள் மற்ற செல்களால் மாசுபடுத்தப்படும் என்பதை ஆராய்ச்சியாளர்கள் அறிந்திருந்தாலும் கார்ட்லர் வீசிச்சென்றிருக்கிற “ஹீலா அணுகுண்டு” அளவிற்கு மாசுபடுத்தப்படுமா என்பது கேள்விக்குறியாக இருந்தது. எனவே ஸ்டீவன்சன் உள்ளிட்ட ஆராய்ச்சியாளர்கள் ஹீலா மாசுபடுத்திகள் இருப்பதை கண்டறிவதற்கான மரபியல் சோதனைகளைக் கண்டறி வதில் தங்களது ஆராய்ச்சிகளை முடுக்கிவிட்டனர்.

குறிப்புகள்

1. மரபுக் குறிப்பான் (Genetic Marker) - ஒரு தனிநபரின் பிரத்யேக மரபுப் பண்புகளைக் கண்டறிய குரோமோ சோமில் அமைந்துள்ள ஒரு ஜீன் அல்லது டி.என்.ஏ. தொடர். அந்த ஜீனை அல்லது தொடரை ஆராய் வதன் மூலம் ஒருவரின் பிரத்யேக தன்மையைக் கண்டறிந்து விடமுடியும். உம். சுருள் முடி, படர்ந்த காது

2. செல் வரிசை (Cell Lines) - ஆரம்ப கட்டத்தில் வளர் ஊடகத்தில் வளர்க்கப்பட்டு அதிலிருந்து உருவாகிய பல்வேறு சந்ததி செல்களை செல் வரிசை என்கிறோம். மூலம் ஒன்று பிரதிகள் பல.

3. காக்கேசியர்கள் - ஐரோப்பா, வட அமெரிக்கா, மேற்கு, மத்திய மற்றும் தெற்கு ஆசியப்பகுதி மக்களை குறிக்க பயன்படுத்தப்படும் அறிவியல் பதம்.

4. American Type Culture Collection - அமெரிக்காவில்

விர்ஜினியா நகரில் 1914இல் ஆரம்பிக்கப்பட்ட இலாப நோக்கமற்ற(!) உயிர் தொழில்நுட்ப அமைப்பு. ஆராய்ச்சிக்காக நுண்ணுயிர்கள் மற்றும் செல்களை வினியோகம் செய்வது இதன் பணி.

இரவு மருத்துவர்கள்

ஜான் ஹாப்கின்ஸ் மருத்துவமனை பற்றி சொல்லப்பட்ட விஷயங்கள் திகிலூட்டுபவையாகவே இருந்தன. அந்த மருத்துவ மனை பக்கமாக பார்த்துக்கொண்டிருந்தாலே யாராவது வந்து நம்மை லபக்கென தூக்கிக்கொண்டு போய்விடுவார்கள் என்கிற அளவிற்கு திகில் தன்னை விஸ்தரித்துக்கொண்டே போனது. "என்னுடைய கால் நகத்தை வெட்டுவதற்காகக் கூட அந்த மருத்துவமனைப் பக்கம் போகமாட்டேன்" என்று பாப்பட் (லாரன்ஸ் மனைவி) கூறுவாள். இதில் உண்மை இல்லாம லில்லை. கருப்பினத்தவர்களைப் பொருத்தவரை சோதனைச் சாலை எலிகளாகத்தான் அம்மருத்துவமனையில் பயன்படுத்தப் பட்டிருக்கின்றனர். ஹாப்கின்ஸ் மருத்துவமனையோ அல்லது பிற மருத்துவமனைகளோ கருப்பின மக்களை சோதனைக்காக கடத்துவது என்பதை லேக்ஸ் குடும்பத்தார் மட்டும் அறிந்திருக்க வில்லை. பெரும்பாலானோர் அறிந்துதான் வைத்திருந்தனர். அப்படி இந்த அப்பாவி கருப்பின மக்களை கடத்திச் செல்லும் ஆட்கள் "இரவு மருத்துவர்கள்" என்றே அழைக்கப்பட்டனர். அவர்களைக் கடத்தும் வேலையைக் கூட மருத்துவர்களே செய்தனர் என்பதுதான் கேவலம். செய்தது திருட்டு வேலையாக இருந்தாலும் அவர்கள் மரியாதையாக "இரவு மருத்துவர்கள்" என்றே அழைக்கப்பட்டனர்.

இன்னொரு பக்கம், ஆவிகள்தான் நோய் மற்றும் மரணத்திற்குக் காரணமாகின்றன என்ற கருப்பினத்தவர்களின் நீண்ட கால நம்பிக்கையை தங்களது ஆதாயத்திற்குப் பயன்படுத்திக்கொண்டு, கருப்பினத்தவர்கள் பயப்படும் வண்ணம் புதுப்புது கட்டுக் கதைகளை வெள்ளையினப் பண்ணையார்கள் அவிழ்த்துவிட்டுக் கொண்டிருந்தார்கள். கருப்பின மக்களை படுபயங்கரமான சோதனைகளுக்கு உட்படுத்தி கொன்றழித்து உடலை ஒரு வெள்ளை தாளில் சுருட்டி கருப்பினத்தவர்களை மிரட்டும் வண்ணம் அந்த உயிரற்ற வெற்றுடல்களை வெள்ளையின மருத்துவர்கள் ஆங்காங்கே பொம்மைகள் போல் நிறுத்திவைத்திருக்கிறார்கள் என்பது அந்தக் கட்டுக்கதைகளில் ஒன்று.

வெறும் பயமுறுத்தலுக்காக மட்டும் வெள்ளையின மருத்துவர் கள் பற்றி கட்டுக்கதைகள் பரப்பப்படவில்லை. உண்மையிலேயே அவர்கள் கொடுமைக்காரர்களாகவும் அறமற்றவர்களாகவும் இருந்துள்ளனர் என்பதுதான் உண்மை. பல மருத்துவர்கள் புதிய மருந்துகளை உட்செலுத்தி சோதிக்கவும், புதிய அறுவை சிகிச்சை முறைகளைப் பரிசோதித்துப் பார்க்கவும் கருப்பின மக்களைப் பயன்படுத்தினர். இந்த இரவு மருத்துவர்கள் வலி மரப்பு மருந்தை அவர்கள் மீது மருந்துக்குக் கூட பயன்படுத்து வதில்லை. பணத்திற்குப் பதிலாக உயிர் உடம்புகள் தேவை என மருத்துவக் கல்லூரிகள் விளம்பரப்படுத்தின! ஆராய்ச்சிக்காக அடிக்கடி கருப்பினத்தவர்களின் இறந்த உடல்கள் சுடுகாடு களிலிருந்து தோண்டியெடுக்கப்பட்டன. அமெரிக்காவின் தெற்குப்பகுதிகளிலிருந்து வடக்குப்பகுதிக்கு சோதனைகளுக்காக கருப்பினத்தவர்களின் சடலங்களை வினியோகம் செய்ய ஒரு நிழல் உலக அமைப்பே செயல்பட்டுள்ளது என்பது அதிர்ச்சி யான செய்தி. அந்த சடலங்களெல்லாம் பெட்ரோல் கொண்டு வரப் பயன்படும் டின்களில் அடைக்கப்பட்டு அந்த டின்களின் மேல் டர்பண்டைன் என எழுதப்பட்டிருந்த கொடுமை ஜீரணிக்க முடியாத ஒன்று.

மக்கள் சேவையை அடிப்படையாகக் கொண்டுதான் ஹாப்கின்ஸ் மருத்துவமனை கட்டப்பட்டது என்பது உண்மை யென்றாலும், கருப்பினத்தவர்கள் அதிகமாக வசிக்கும் பகுதிக்குப் பக்கத்தில் ஹாப்கின்ஸ் மருத்துவமனை கட்டப்பட்டது தொடர் பாக அக்கருப்பினத்தவர்கள் சந்தேகப்பட்டதில் சாரம் இல்லாமல் லில்லை.

1969இல் அந்த மருத்துவமனை அதனருகில் இருக்கும் 7000 குழந்தைகளிடமிருந்து குற்றப்பரம்பரை குறித்தான ஆய்வை மேற் கொள்வதற்காக இரத்த மாதிரிகளை சேகரித்தது. அதில் பெரும் பான்மைக் குழந்தைகள் கருப்பினக் குழந்தைகள். அக்குழந்தை களிடமிருந்து ஆராய்ச்சி செய்பவர் எவ்வித ஒப்புதலையும் வாங்கவில்லை. இது தொடர்பாக வழக்கு தொடரப்பட்ட பின்னரே ஒரு படிவத்தில் ஒப்புதல் வாங்கப்பட்டு இரத்த மாதிரி சேகரிக்கப்பட்டது. 90களில் கூட இரு கருப்பினப் பெண்கள் ஹாப்கின்ஸ் மருத்துவமனை மீது வழக்கு தொடர்ந்திருந்தனர். வேண்டுமென்றே தங்களது குழந்தைகளை தாமிர கதிர்வீச்சிற்கு உள்ளாக்கி அது ஏற்படுத்துகிற விளைவுகளை ஆராய்ந்துள்ள தாக அம்மருத்துவமனை மீது குற்றஞ்சாட்டப்பட்டது. இந்த சோதனையில் பயன்படுத்தப்பட்ட அனைவரும் கருப்பினத்தவரே. கீழ்மை நீதிமன்றத்தில் வழக்கு தள்ளுபடி செய்யப்பட்டாலும், மேல்முறையீட்டில் வழக்கு வெல்லப்பட்டது. ஹாப்கின்ஸ் மருத்துவமனையின் இந்த செயல்பாட்டை சௌதம் (Southam) ஹீலா செல்களை அப்பாவி மக்களுக்கு ஊசியாக போட்ட செயலோடு ஒப்பிட்டு குற்றத்தின் தீவிரத்தன்மையை சுட்டிக் காட்டியது மேல்முறையீட்டு நீதிமன்றம்.

ஹாப்கின்ஸ் மருத்துவமனையின் இந்தக் கேவலமான போக்கை வரலாறு நெடுகிலும் பார்த்தவர்கள் அதன் உச்சகட்ட திமிர்த் தனமாகப் பார்ப்பது ஹென்ரிட்டா லேக்ஸ் வரலாறைத்தான். இன்று கூட வெள்ளையின விஞ்ஞானிகள் அவரது உடலை தங்களது சுயநலத்திற்காகத்தான் பயன்படுத்திக்கொண்டார்கள் என்றுதான் அனைவரும் பார்க்கின்றனர்.

ஹென்ரிட்டா லேக்ஸ் இவ்வுலகிற்கு தனது செல்களை ஈந்தார் என்றே சொல்லப்பட்டு வருகிறது. ஆனால் உண்மை அதுவல்ல; அவர் தானமாக தனது செல்களை அளிக்கவில்லை; மாறாக அவரிடமிருந்து அவைகளை எடுத்துக்கொண்டார்கள் என்றுதான் நாம் கூறவேண்டும். "ஹென்ரிட்டாவிற்கு என்ன நேர்ந்தது; அவரது செல்களைக் கொண்டு என்ன செய்கிறார்கள் என்பது பற்றியெல்லாம் இந்த விஞ்ஞானிகள் எதுவும் சொல்லவில்லை; ஒருவேளை திருவாளர் கே அவர்களை சந்திக்கமுடிந்தால் நானே அவரைக் கொன்றிருப்பேன்" என ஹென்ரிட்டா லேக்ஸின் கண வர் டேவிட் கொதிப்பதின் அர்த்தத்தைப் புரிந்துகொள்ள முடி கிறது.

கே அவர்களுக்கு நேர்ந்தது என்ன?

வாழ்நாளில் தானிறங்கி எந்தத் துறையில் ஆராய்ச்சி விற்பன்னராகத் திகழ்ந்தாரோ அந்தத் துறையின் தலையாய நோயினால் பீடிக்கப்பட்டார் கே. ஆம், தனது 71ஆவது வயதில் கணையப் புற்றுநோயால் பாதிக்கப்பட்டார். அறுவை சிகிச்சை செய்யப்படாவிட்டால் சில மாதங்களுக்குள்ளேயே இறந்துவிடுவார் என்கிற நிலை. வாழ்வின் கடைநிலையிலும் கே அவர்களின் ஆராய்ச்சி வெறி அடங்கியபாடில்லை. அறுவைச் சிகிச்சை அறையில் தனது தள்ளாத உடலை படுக்கையில் கிடத்திக்கொண்டு தனக்கு அறுவை சிகிச்சை செய்யப்போகிற மருத்துவர்களுக்கு குறிப்புரைகள் சொல்லிக்கொண்டிருந்தார் அந்த மனிதர்! தன்னுடம்பிலிருந்து அறுவை சிகிச்சை மூலம் எடுக்கப்படப்போகிற கட்டிகளை கொஞ்சம் தனியாக சேகரிக்க வேண்டும்; அவ்வாறு சேகரிக்கப்பட்ட செல்களுக்கு GeGe (George Gey) என பெயரிடவேண்டும் என கட்டளையிட்டார். ஹீலா செல்கள் போன்றே GeGe செல்களும் இறவாத் தன்மை கொண்டதாக இருக்கவேண்டும் என நப்பாசைப்பட்டார் கே.

கே அவர்களின் உடலை அறுத்துப் பார்த்த மருத்துவர்களுக்கு அதிலிருந்து எந்த வடிவத்திலும் புற்றுநோய்க் கட்டியை வெட்டி எடுக்கமுடியாது என்பது தெரிந்து போயிற்று. அவ்வாறு செய்வது

அவரது உயிருக்கே ஆபத்தாக முடியும் என்பதால் எவ்வித அறுவைச்சிகிச்சையையும் மேற்கொள்ளாமல் உடலை தைத்து மூடிவிட்டனர். இதனை அறிந்த கே கடும் கோபத்திற்குள்ளானார். அப்படி தனக்கு மரணம் நேர்ந்தால் அது இந்த அறிவியல் உலகத்தின் முன்னேற்றத்திற்கே ஒரு வரப்பிரசாதமாக ஆகியிருக்கும் என அங்கலாய்த்தார்.

பின்னர் கே அமெரிக்க நாடு முழுவதிலும் உள்ள கணையப் புற்றுநோய் நிபுணர்களைத் தொடர்புகொண்டு யாராவது கணையப் புற்றுநோயால் பாதிக்கப்பட்ட ஒருவர் மீது ஆராய்ச்சி செய்து பார்க்கத் தயாரா என்று கேட்டார். இந்த உடல்நிலையிலும் நாடு முழுவதும் பயணமும் மேற்கொண்டார் கே. மினசெட்டாவில் அமைந்துள்ள மாயோ மருத்துவமனையில் அனுமதிக்கப்ப்ட்டு அங்கு பரிட்சார்த்தமாக ஒரு ஜப்பானிய மருந்தை எடுத்துக்கொண்டார். அது அவரது உடல்நிலையை மேலும் மோசமாக்கியது. அதன் பின்னர் அங்கிருந்து நியூயார்க் நகரில் உள்ள ஸ்லோன் கெட்டரிங் மருத்துவமனையில் மீண்டும் ஆராய்ச்சிக்காக தன்னை உட்படுத்திக்கொண்டார். பின்னர் ஹாப்கின்ஸ் மருத்துவமனையில் அனுமதிக்கப்பட்டு இன்னும் மனிதர்களுக்கு பயன்படுத்திப் பார்க்கப்படாத ஒரு மருந்தினை எடுத்துக்கொண்டார் கே. அது அவரை முடக்கிப்போட்டு சக்கர நாற்காலியில் நடமாடும் அளவிற்கு கொண்டுவந்து விட்டது. அந்த நிலையிலும் ஆய்வகத்திற்கு வந்துகொண்டும், நண்பர் களுக்கு கடிதம் எழுதிக்கொண்டுமிருந்தார் கே. கடைசியில் தனது உதவியாளரைக் கூப்பிட்டு யாரேனும் கேட்டால் இதுவரை மூடுமந்திரமாகத் திகழ்ந்த ஹீலா செல்களுக்கு சொந்தக்காரரான ஹென்ரிட்டா லேக்ஸ் பெயரை வெளி உலகுக்கு அறிவித்திடுமாறு அறிவுறுத்தினார். 1970, நவம்பர் 8இல் மரணித்தார் கே.

கே அவர்களின் மரணத்திற்குப் பிறகு அவரது நினைவைப் போற்றும் வகையில் ஹாவார்டு ஜோன்ஸ் உள்ளிட்ட ஹாப்கின்ஸ் மருத்துவமனை நண்பர்கள் ஹீலா செல்கள் பற்றி ஒரு கட்டுரையை பிரசுரிக்க முடிவு செய்தார்கள். ஹென்ரிட்டாவின் நோய் குறித்தான தரவுகளை கொஞ்சம் நினைவுபடுத்திக்கொள்ள ஹாப்கின்ஸ் மருத்துவமனையில் அதுவரை பாதுகாத்து வரப்பட்ட குறிப்புகளை மீண்டும் ஒரு முறை வாசித்துப் பார்த்தார் ஜோன்ஸ். படித்த மாத்திரத்திலேயே ஹென்ரிட்டாவிற்கு ஏற் பட்ட புற்றுநோயைக் கண்டறிந்ததில் தவறு இருப்பதைக் கண்டுபிடித்தார். அதனை உறுதிப்படுத்திக்கொள்ள 1951லிருந்து

ஆய்வகத்தில் பாதுகாத்து வரப்பட்ட ஹென்ரிட்டாவிடமிருந்து எடுக்கப்பட்ட மாதிரியையும் சோதித்துப் பார்த்தார் ஜோன்ஸ். ஹென்ரிட்டாவிற்கு ஏற்பட்ட புற்றுநோய் என்பது இன்வேசிவ் வகை புற்றுநோய்தான் என்றாலும், அது எபிடெர்மாய்டு கார்சினோமா இல்லை மாறாக கருப்பைவாயிலிருந்து உருவான ஒருவகையன மூர்க்கத்தனமான அடினோகார்சினோமா வகை புற்றுநோய்க் கட்டியாகும் என்று அறிவித்தார் ஜோன்ஸ். இந்த இருவகை புற்றுநோய்களுக்கும் ஒரே வகையான சிகிச்சை முறைதான் அப்பொழுது பின்பற்றப்பட்டாலும், சரியாக கண்டறியப்பட்டிருந்தால் எபிடெர்மாய்டு கார்சினோமாவை விட ஏன் அடினோகார்சினோமா அதிவிரைவாக உடலில் பரவியது என்பதற்கான விடைதனை அப்பொழுதே கண்டறிந்திருக்கலாம் என எழுதினார் ஜோன்ஸ்.

நோய்க்கண்டறிதலில் குறைபாடு இருந்தது ஒரு பக்கம் இருந்தாலும், வெள்ளையின மருத்துவர்களின் ஆதிக்க மனோபாவம் அவர்கள் வெளியிட்ட கட்டுரையில் பின்வருமாறு வெளிப்பட்டது: "தற்பொழுது வெளியிடப்பட்ட கண்டுபிடிப்பானது (அதாவது ஹென்ரிட்டாவிற்கு எந்த மாதிரியான புற்றுநோய் தாக்கி உள்ளது என்பதைப் பின்னர் கண்டறிந்ததானது)கே அவர்களின் மேதமைக்கு மேலும் அணிசேர்க்கின்ற ஒன்றாகும்; சரியான நேரத்தில் சரியான இடத்தில் சரியான மனிதன் இருக்கும்பொழுதுதான் அறிவியல் கண்டுபிடிப்பு நிகழ்கிறது; திரு.கே அவர்கள்தான் அந்த சரியான நபர்; அந்த நபரின் அதிர்ஷ்டத்தால்தான் ஹீலா செல்கள் ஹென் ரிட்டா லேக்ஸிடமிருந்து கண்டுபிடிக்கப்பட்டன; அவரது கண்டு பிடிப்பால்தான் ஹீலா செல்கள் இறவாத்தன்மையப் பெற்றன". ஹென்றிட்டா என்கிற கருப்பின அப்பாவிக்கு செய்யப்பட்ட துரோகம் பற்றியெல்லாம் இவர்களது தொழில் அறம் எதுவும் சொல்லவில்லை!

இப்பொழுதுதான் முதன்முறையாக ஹென்ரிட்டாவின் பெயர் அச்சில் ஏறியது. அதேபோல் இடுப்பில் கைகொடுத்துக்கொண்டு நிற்கும் அவரது படமும் வெளியானது. அவரது பெயர் வெளியாகிய மூன்று வாரத்திற்குள் அமெரிக்க அதிபர் நிக்சன் தேசிய புற்றுநோய் சட்டம் ஒன்றைக் கொண்டுவந்து புற்றுநோய்க்கு எதிரான போர் ஒன்றை ஆரம்பித்து வைத்தார். புற்றுநோய் ஆராய்ச்சிக்காக 1.5 பில்லியன் அமெரிக்க டாலர்கள் ஒதுக்கப்பட்டன! அடுத்து வரும் ஐந்து ஆண்டுகளில் விஞ்ஞானிகள் புற்றுநோயை குணப் படுத்துவார்கள் என நிக்சன் அறிவித்தார். விஞ்ஞானிகளால்

புற்றுநோயைக் குணப்படுத்தக்கூடிய சர்வரோகநிவாரணி எதையும் கண்டுபிடிக்க இயலவில்லை என்பது பின்னர் நடந்த கதை. 70களில் ஹென்ரிட்டா மற்றும் ஹீலா செல்கள் பொதுவெளியில் பிரபலமாக ஆரம்பித்துவிட்டிருந்தன.

புகைப்பட ஆல்பம்

ஹென்ரிட்டா மற்றும் டேவிட் லேக்ஸ் (தோராயமாக 1945 ஆம் ஆண்டு)

இடது: ஹென்ரிட்டாவின் மூத்த மகள் எல்சி லேக்ஸ். ஏறக்குறைய ஐந்து வயதிற்கு முன்பே "மூளை நோவு" காரணமாக கிரவுன்வில்லே மருத்துவமனையில் சேர்க்கப்பட்டார்.
வலது: டெபோரா லேக்ஸ் தனது ஐந்தாவது வயதில்

கிளவர் பகுதியில் அமைந்துள்ள ஹென்ரிட்டா வளர்க்கப்பட்ட வீடு. மரக்கட்டைகளால் ஆன நான்கு அறை வீடு. இது ஒருகாலத்தில் அடிமைகளை அடைத்து வைக்கும் இடமாக இருந்தது.

ஹென்ரிட்டாவின் தாயார் எலிசா பிளசெண்ட் ஹென்ரிட்டாவிற்கு நான்கு வயதாகும்போது இறந்துவிட்டார். ஹென்ரிட்டாவும் தனது தாயாரின் கல்லறைக்கும் அருகில் அடக்கம் செய்யப்பட்டார்.

▼ கிளவர் நகரின் முக்கிய தெரு. இங்குதான் ஹென்ரிட்டா வளர்க்கப் பட்டார். (தோராயமாக 1930கள்)

▼ தெற்கு பாஸ்டன் நகரில் நடந்த புகையிலை ஏலம் (தோராயமாக 1920கள்). இந்த ஏல மையத்தில்தான் ஹென்ரிட்டா மற்றும் அவரது குடும்பத்தினர் தங்களது புகையிலைப் பயிர்களை விற்றனர்.

▼ ஸ்பேரோ பாயிண்டில் பணிபுரியும் தொழிலாளர்கள் கொதிகலனிலிருந்து வெளியாகும் ஒருவகை விஷப்பொருளான "கசடை" சுத்தப்படுத்துகின்றனர். (தோராயமாக 1940கள்)

▼ 1950களில் ஹென்ரிட்டா புற்றுநோயினால் பாதிக்கப்பட்டிருப்பதை கண்டறிந்து சொன்ன மகப்பேறியல் நிபுணர் ஹாவார்டு. டபிள்யூ. ஜோன்ஸ்.

ஹீலா செல்கள் முதன்முதலில் வளர்க்கப்பட்ட ஆய்வகத்தின் இயக்குனர் ஜார்ஜ் கே. (தோராயமாக 1951இல் எடுக்கப்பட்டது)

FICATE OF DEATH Registered No.

ACKS

2. DATE OF DEATH Oct 4, 1951

4. USUAL RESIDENCE (Where deceased lived. If institution: residence before admission)

A. STATE MARYLAND B. COUNTY

C. CITY OR TOWN (If outside corporate limits, write RURAL and give township) BALTIMORE

D. STREET ADDRESS (If rural, give location) 713 NEW Pittsburg AVE.

8. DATE OF BIRTH 8-18-20

9. AGE (In years last birthday) 31

11. BIRTHPLACE (State or foreign country) Roanoke, Va

12. CITIZEN OF WHAT COU

14. MOTHER'S MAIDEN NAME

ஹென்ரிட்டா லேக்ஸின் இறப்பு சான்றிதழ்.

1940களில் ஹென்ரிட்டாவின் நெருங்கிய தோழியுமாய், உறவினருமாய் திகழ்ந்த சேடி ஸ்டார்டிவண்ட்

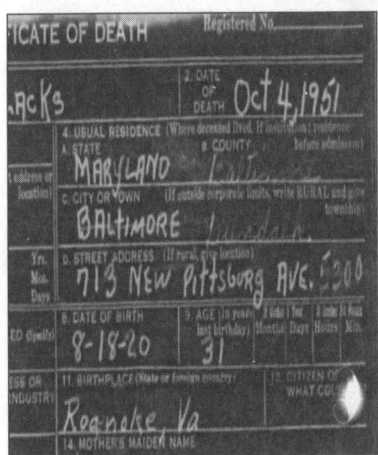

கே அவர்களின் ஆய்வகத்தில் ஹீலா செல்களை வளர்த்தெடுக்கும் பொறுப்பில் இருந்த ஆய்வக உதவியாளர் மேரி கியூபிசெக்.

ஹாப்கின்ஸ் மருத்துவமனையில் அமைந்திருந்த ஆய்வகத்தில் ஆய்வக உதவியாளராக பணியாற்றிய மின்னி மற்றும் மார்க்கரெட் கே. *(தோராயமாக 1951).*

2009இல் ஹென்ரிட்டா லேக்ஸ் குடும்பம்: மேலே வலதுபக்கத்திலிருந்து கடிகார திசையில்: ஹென்ரிட்டாவின் நடு மகன் சோனி (பேஸ்பால் தொப்பி அணிந்திருப்பவர்), சோனியுடைய மூத்த மகள் ஜெரி; ஹென்ரிட்டாவின் இளைய மகன் ஜக்காரியா; ஹென்ரிட்டாவின் மூத்த மகன் லாரன்ஸ்; லாரன்ஸ் மகன் ரான்; டெபோராவின் பேரன் ஆல்பிரட்; லாரன்ஸ் பேத்தி கார்ட்னி; சோனியின் மனைவி ஷெரில்; சோனி மகன் டேவிட்; லாரன்ஸ் மகள் ஆன்டனேட்டா; சோனி மருமகன் டாம்; நடுவில்: லாரன்ஸ் மனைவி பாப்பட்டே(சிவப்பு நிற உடை); லாரன்ஸ் பேத்தி எரிக்கா (கண்ணாடி அணிந்திருப்பவர்).

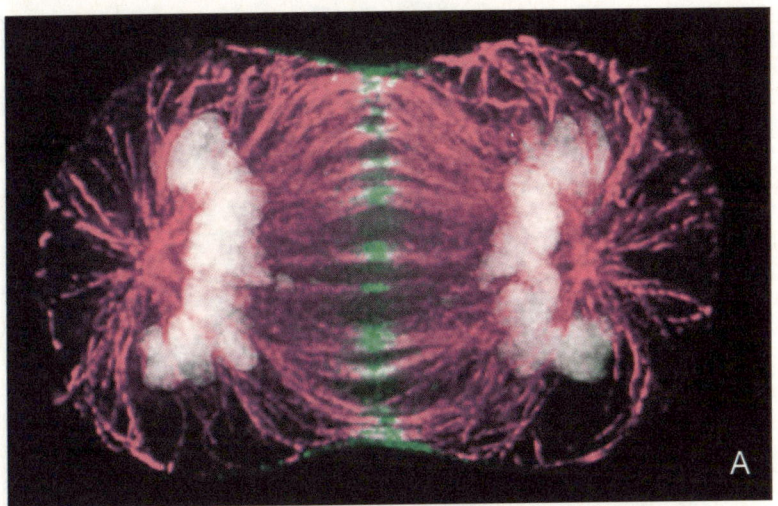

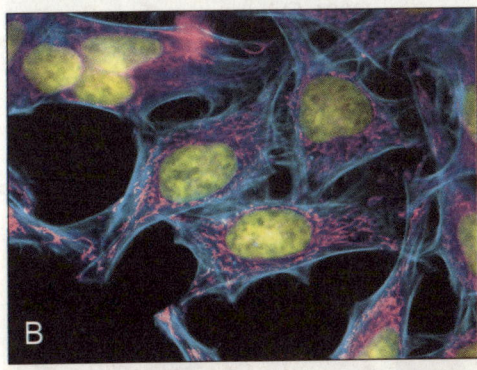

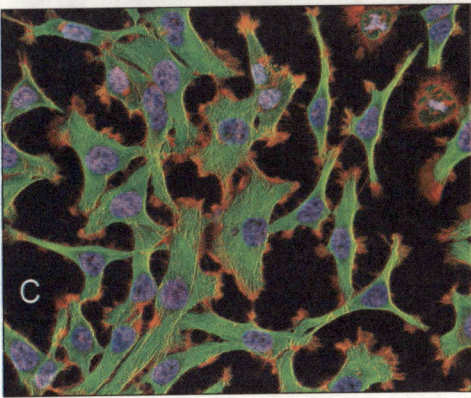

A) ஒரு ஹீலா செல் இரண்டாக பிரிகிறது.

B) ஒவ்வொரு ஹீலா செல்லின் பிரத்யேக தன்மையை காணும் வண்ணம் வண்ணமேற்றப்பட்ட செல்கள். இங்கு உட்கருவில் உள்ள டி.என்.ஏ. மஞ்சள் நிறத்திலும், செயல்படும் இழை நீல நிறத்திலும், மைட்டோகாண்ட்ரியா இளஞ்சிவப்பு நிறத்திலும் காணப்படுகிறது.

C) வண்ணமேற்றப்பட்ட ஹீலா செல்கள் நுண்ணோக்கியின் மூலமாக படமெடுக்கப் பட்ட காட்சி.

டெபோரா தன்னுடைய 13 ஆவது வயதில்.

2001 இல் தனது சகோதரி மற்றும் தாயார் குறித்து சோகமான செய்திகளை கேட்டதும் டெபோராவிற்கு தோல்கள் சிவந்து தடித்து விட்டன.

டெபோரா மற்றும் அவரது உறவினர் கேரி லேக்ஸ் 2001இல் புகையிலை செடிகளுக்கு முன்னால் எடுத்துக்கொண்ட புகைப்படம்.

பகுதி 3

இன்னும் உயிரோடுதான் இருக்கின்றன!

பாப்பட் ஒரு நாள் தனது தோழி வீட்டிற்கு சென்றிருந்தபொழுது தோழியின் உறவினர் ஒருவர் அங்கு வந்திருந்தார். அவர் பாப்பட்டை எங்கு வேலை செய்கிறீர்கள் என வழக்கமாக விசாரித்தபொழுது தான் வேலை செய்யுமிடத்தைக் கூறினாள் பாப்பட். பதிலுக்கு நீங்கள் எங்கு வேலை பார்க்கிறீர்கள் எனக் கேட்டாள். அவர் தான் தேசிய புற்றுநோய் மையத்தில் பணியாற்றுவதாகக் கூறினார். பேச்சுவாக்கில் தன் குடும்பத்தில் உள்ளவர்களின் பெயரெல்லாம் லேக்ஸ் என்ற பின்னொட்டோடுதான் முடியும் என்று பாப்பட் கூறியதும் இந்த பெயருடன் கூடிய செல்லோடுதான் நான் கடந்த 25 வருடங்களாக ஆராய்ச்சி செய்து வருகிறேன் என ஆச்சரியத்துடன் கூறினார் அந்த உறவினர். பதிலுக்கு எனது மாமியார் பெயர் ஹென்ரிட்டா லேக்ஸ்; அவர் இறந்து போய் 25 வருடங்கள் ஆகிவிட்டன; அவருக்கு கர்ப்பப்பை புற்றுநோய்; நீங்கள் கூறும் பெயர் வேறு, நான் கூறும் பெயர் வேறு என்று சொன்னார் பாப்பட்.

நான் சொன்ன நபரும் நீங்கள் சொல்லும் நபரும் ஒருவர்தான்; அந்தப் பெண்மணியின் செல்கள் இன்னமும் எங்களது ஆய்வகத்தில் வளர்க்கப்படுகின்றன. அவர் ஒரு கருப்பினப் பெண்; 50களில் அவர் ஹாப்கின்ஸ் மருத்துவமனையில் இறந்துவிட்டார்; அவரது

செல்களைத்தான் நான் ஆர்டர் கொடுத்து வாங்கியிருக்கிறேன் எனக் கூறினார் அந்த நண்பர். ஒரு நிமிடம் பொறுங்கள்; என்னுடைய மாமியாரின் செல்களை ஆர்டர் கொடுத்து வாங்கினீர்களா, அவரது செல்கள் இன்னும் இருக்கின்றனவா என பதற்றமும், கோபமும் கலந்த தொனியில் கேட்டாள் பாப்பட்.

சிபிலிஸ் நோய் பற்றிய ஆராய்ச்சியானது டஸ்கிகீ நிறுவனத்தில் மேற்கொள்ளப்பட்டது என்பது பற்றி பாப்பட் ஓரளவு அறிந்திருந் தாலும், ஹென்ரிட்டாவின் செல்களை எடுத்து அவைகளை இன்னமும் பாதுகாத்து ஆராய்ச்சிக்குப் பயன்படுத்தப்பட்டு வருகின்றன என்பது பற்றி அவளோ அல்லது ஹென்ரிட்டா குடும்ப உறுப்பினர்களோ அறிந்திருக்கவில்லை என்பதுதான் மிகப்பெரிய அவலம்.

பாப்பட் தான் அறிந்த விஷயத்தை லாரன்சிடம் கேட்ட போது அவனுக்கும் இதுகுறித்துத் தெரியவில்லை. ஹென்ரிட்டாவின் கணவர் டேவிட்டுக்கும் ஒன்றும் தெரிந்திருக்கவில்லை. உடனே லாரன்ஸ் ஹாப்கின்ஸ் மருத்துவமனைக்கு தொலைபேசியில் தொடர்பு கொண்டு ஹென்ரிட்டா லேக்ஸ் என்பவரது செல்கள் இன்னும் உயிரோடிருக்கின்றனவா எனக் கேட்டான். 50 வருடங் களுக்கு முன்புள்ள பதிவேடுகளைத் தேடிவிட்டு அப்படி யாருமில்லையென கூறிவிட்டது மருத்துவமனை நிர்வாகம்!

ஜூன், 1973இல் யேல் பல்கலைக்கழகத்தில்[1] (Yale University) ஆராய்ச்சியாளர்களின் குழு ஒன்று மனித ஜீன் மேப்பிங்[2] (Human Gene Mapping) பற்றி விவாதிப்பதற்காக ஒன்று கூடியது. மற்ற செல்களை ஹீலா செல்கள் மாசுபடுத்துவதை எப்படித் தவிர்ப்பது என்பது பற்றி அவர்கள் கூடிப் பேசினார்கள். ஹீலா செல்களின் மரபுக் குறிப்பான்களைக் கண்டறிந்துவிட்டால் ஹீலா செல்களை மற்ற செல்களிலிருந்து வேறுபடுத்திக் கண்டறிந்துவிடமுடியும் என விவாதித்தனர் ஆராய்ச்சியாளர்கள். இதற்கு உடனேயே ஹென்ரிட்டா குடும்ப வாரிசுகளின் டி.என்.ஏ. மாதிரி தேவை என்பதும் உணரப்பட்டது. அந்த ஆராய்ச்சி நரிகள் அடுத்த திட்டத்தை வகுத்தனர்.

அந்தக் குழுவில் அன்று விக்டர் மெக்குசிக் (Victor McKusick) என்கிற விஞ்ஞானியும் கலந்து கொண்டார். ஹென்ரிட்டா கணவர் உள்ளிட்ட குடும்பத்தினர் தற்பொழுது கூட சிகிச்சைக்காக ஹாப்கின்ஸ் மருத்துவமனைக்கு வந்துகொண்டிருப்பதை

நன்கறிந்தவர். அவர்களைத் தொடர்புகொள்வது ஒன்றும் சிரமமாக இருக்காது என்று அறிவித்ததும் அங்கிருந்த ஆராய்ச்சியாளர்கள் ஆர்ப்பரித்தனர். ஹென்ரிட்டாவின் வாரிசுகளிடமிருந்து டிஎன்.ஏ. வைப் பெற முடிந்தால் ஹீலா செல்கள் பிறவற்றை மாசுபடுத்தும் பிரச்சினைக்கு ஒரு தீர்வு காணமுடியும், அதேபோன்று அவரது செல்களை முற்றிலும் வேறான கோணத்தில் ஆராய முடியும் என மகிழ்ந்தனர். ஹென்ரிட்டா குடும்பத்தினரைச் சந்தித்து அவர்களிடமிருந்து இரத்த மாதிரியைச் சேகரிக்கும் பொறுப்பை சூசன் சு (Susan Hsu) என்கிற மருத்துவ மாணவியிடம் ஒப்படைத்தார் விக்டர் மெக்குசிக்.

சூசனுக்கு ஹென்ரிட்டா குடும்ப உறுப்பினர்களிடமிருந்து இரத்த மாதிரியை சேகரிப்பதில் ஒன்றும் பிரச்சினை இருக்கவில்லை. ஏனென்றால் வழக்கம்போல் உண்மை மறைக்கப்பட்டது. மெக் குசிக் ஒரு புற்றுநோய் நிபுணரல்ல. எனவே அவர் அனுப்பிய ஆள் இரத்த மாதிரியை சேகரிப்பதில் ஹென்ரிட்டா குடும்பத்திற்கு எந்த சந்தேகமும் எழப்போவதில்லை. எனவே வெற்றிகரமாக எல்லோருடைய இரத்த மாதிரியும் சோதனைக்குழாய்களில் சேகரிக்கப்பட்டது. ஜெயிலில் இருந்த ஜக்காரியாவின் இரத்த மாதிரியும் விட்டுவைக்கப்படவில்லை.

இங்கு ஒரு உளவியல் ரீதியிலான அழுத்தம் ஹென்ரிட்டாவின் குடும்பத்திற்குள் உருவானது. ஒரு வேளை அம்மாவிற்கு ஏற்பட்ட புற்றுநோய் தங்களுக்கும் ஏற்பட்டிருக்குமோ, அதற்குத்தான் இரத்த மாதிரிகள் எடுக்கப்பட்டனவா என ஆளாளுக்கு கவலைப்பட ஆரம்பித்தனர். அதிலும் குறிப்பாக டெபோராவின் நிலைதான் பரிதாபம். ஹென்ரிட்டாவிற்கு பிறந்து உயிரோடிருக்கிற ஒரே மகள் என்பதாலும், தற்பொழுது டெபோராவிற்கு என்ன வயதா கிறதோ அந்த வயதில்தான் ஹென்ரிட்டாவிற்கும் புற்றுநோய் கண்டறியப்பட்டதால் தனக்கும் அம்மாவிற்கு ஏற்பட்ட கதிதான் என பயந்து போனார் டெபோரா. இறைவனின் முன்பு தேம்பிய ழுதார். அடிக்கடி சூசனுக்கு தொலைபேசியில் தொடர்புகொண்டு ஆய்வு முடிவுகள் வந்துவிட்டனவா அதில் தனது இரத்தமாதிரியின் முடிவு என்ன என பல்வேறு கேள்விகளால் துளைத்தெடுத்தார். இரத்த மாதிரி எடுக்கிறோம் என்ற பெயரில் தன்னுடைய தாயாருக்குப் புற்றுநோய் ஏற்படுத்திய அந்த "வஸ்துவையே" தங்களுக்கு ஊசியாக ஏற்றுகிறார்களோ எனவும் பயந்தார் டெபோரா. ஆனால் இது எதற்கும் சூசன் பதில் சொல்லவில்லை. வேண்டுமென்றால் இன்னொரு சோதனைக்குழாயில் கொஞ்சம்

இரத்தம் கொடுங்கள் என்று இரத்தம் சேகரிப்பதிலேயே குறியாக இருந்தார் சூசன்.

டெபோரா என்கிற அப்பாவி மீண்டும் இரண்டுமுறை இரத்தம் கொடுக்க ஹாப்கின்ஸ் மருத்துவமனை சென்றார். அங்கு மெக்குசிக்கை சந்தித்து தனது தாயரின் மரணத்திற்கு காரணம் என்ன, அவரது செல்களில் ஒரு பகுதி இன்னமும் எவ்வாறு உயிர்வாழ்கிறது, அறிவியலுக்கு எவ்வாறு ஹென்ரிட்டா உதவியுள்ளார், தானும் தனது தாயாரைப்போல் புற்றுநோயால் சாகப்போகிறேனா என பல கேள்விகளைக் கேட்டார். அதற்கு, போலியோ தடுப்பு மருந்து தயாரிக்கவே டெபோரா தாயாரின் செல்கள் பயன்படுத்தப்படுகின்றன என ஒரு பகுதி உண்மையை மட்டும் சொல்லிவைத்தார் மெக்குசிக். டெபோரா மேலும் கேள்விகளால் குடைச்சல் கொடுக்க மெடிகல் ஜெனடிக்ஸ் (Medical Genetics) என்கிற சாமானிய மக்கள் படித்து புரிந்துகொள்ள முடியாத ஒரு புத்தகத்தைக் கொடுத்து படியுங்கள் என்று கூறி தப்பித்துவிட்டார் மெக்குசிக். அந்தப் புத்தகத்தில் தனது தாயார் படத்தைப் பார்த்தார் டெபோரா. அந்தப் படத்தை இதற்கு முன்னால் பார்த்ததாக அவருக்கு நினைவில்லை. அந்தப் படத்தை அந்தப் புத்தகத்தில் பயன்படுத்திக்கொள்ள யார் கொடுத்தது என்றும் ஹென்ரிட்டாவின் குடும்ப உறுப்பினர்களுக்குத் தெரியவில்லை. அந்த புத்தகத்தை தான் டெபோராவுக்கு கொடுக்கவில்லை என பின்னர் தெரிவித்தார் மெக்குசிக். ஹென்ரிட்டா பற்றிய விஷயங் களை ஹென்ரிட்டாவிற்கு தெரியப்படுத்தியிருக்க வேண்டும் என ரெபேக்கா ஸ்க்லூட் சூசனிடம் சொன்னபொழுது அவ்வாறு சொல்லவில்லையா என அதிர்ச்சியடைந்தார் அவர்!. இங்கு எல்லாமே மூடுமந்திரமாய்தான் இருந்திருக்கிறது. ஹீலா செல் ஆராய்ச்சியில் இயங்கிக்கொண்டிருந்தவர்களுக்கே அந்த வலைப் பின்னலின் ஏதேனும் ஒரு பகுதி மறைக்கப்பட்டே வந்திருக்கிறது அந்த விஷயம் அப்பின்னலில் வெவ்வேறு கட்டங்களில் பிணைந்திருந்தவர்களுக்குத் தெரிந்திருக்கவில்லை என்பதுதான் எதார்த்தம்.

குறிப்புகள்

1. யேல் பல்கலைக்கழகம் (Yale University) அமெரிக்காவில் கனக்டிகட்டில் (Connecticut) அமைந்துள்ள தனியார் பல்கலைக்கழகம். இது 1701இல் ஆரம்பிக்கப்பட்டது.

2. ஜீன் மேப்பிங் (Human Gene Mapping) - குரோமோசோமில் ஜீனின் இடம் மற்றும் இரண்டு ஜீன்களுக்கிடையேயான ஒப்பீட்டு தூரம் ஆகியவற்றை தீர்மானிக்கப் பயன்படுத்தப் படும் முறை. ஒரு குடும்பத்தை சேர்ந்தவர்களிடமிருந்து எடுக்கப்படும் செல்களிலிருந்து ஒரு குறிப்பிட்ட நோய்க்கான கூறுகள் அச்செல்களில் இருக்கின்றனவா அல்லது இல்லையா என்பதை இதன் மூலம் கண்டறிய முடியும்.

முதல் மனிதர்

மைக்கேல் ரோஜர் (Michael Roger) என்கிற ரோலிங் ஸ்டோன் (Rolling Stone) பத்திரிக்கையின் துள்ளலான மற்றும் துடிப்பான செய்தியாளர்தான் ஹென்ரிட்டா லேக்ஸ் குடும்பத்தினரைச் சந்தித்து, ஹீலா செல்கள் மற்ற செல்களை மாசுபடுத்தும் பிரச்சினைக்கு தீர்வு காணும் பொருட்டுதான் அவர்களிடமிருந்து இரத்த மாதிரியை மெக்குசிக் மற்றும் சூசன் ஆகியோர் சேகரித்தார்கள் என்கிற உண்மையைப் போட்டுடைத்தார். ஒரு மருத்துவக் கல்லூரி கழிப்பறையில் "ஹெலன் லேன் இன்னும் வாழ்கிறார்" என்று எழுதப்பட்ட வாசகத்தைப் பார்த்துவிட்டுதான் ஹீலா செல்களைப் பற்றி அறிய ஆர்வம் காட்டினார் ரோஜர்! இது தொடர்பான செய்திகளைத் தேடித் திரட்டியதில் ஒரு அற்புதமான கட்டுரைக்கான செய்திகள் அவர் முன் குவிந்து கிடப்பதாக உணர்ந்தார். இன்னும் போதாதென்று ஹென்ரிட்டா பற்றி அறிந்துகொள்ள தொடர்புடைய நபர்களை சந்திக்கவும் ஆரம்பித்தார்.

கே அவர்களின் மனைவி மார்க்கரெட் அவர்களை ரோஜர் சந்தித்தார். தன்னை சிறந்த நண்பராகக் காட்டிக்கொண்ட மார்க்கரெட், ரோஜர் ஹீலா செல்கள் பற்றிக் கேட்க ஆரம்பித்ததும் நட்பைத் துண்டித்துக்கொண்டார்! ஒரு நாள் பால்டிமோர் விடுதி

யில் தங்கியிருந்த பொழுது அங்குள்ள தொலைபேசி டயரியில் லாரன்ஸ் லேக்ஸ் தொலைபேசி எண் இருந்ததைக் கொண்டு லாரன்ஸைத் தொடர்புகொண்டு அவரது வீட்டுக்கிற்குச் சென்றார் ரோஜர்.

குடும்பத்தில் உள்ள அனைவரும் மெக்குசிக்கிடமும் சூசனிடமும் கேட்ட கேள்விகளையே திரும்பத் திரும்ப ரோஜரிடமும் கேட்டனர். இறவாத்தன்மை கொண்ட செல்கள் என்றால் உங்களுக்கு மரணம் என்பதே கிடையாதென்றோ அல்லது நீங்கள் புற்றுநோயால் பாதிக்கப்படுவீர்கள் என்றோ அர்த்தமில்லை என்று முதன்முதலில் ஒரு செய்தியாளர்தான் அவர்களுக்கு விளக்கத்தையும் தைரியத்தையும் அளித்தார். Rolling Stone பத்திரிக்கையில் ரோஜர் எழுதிய ஒரு கட்டுரை மூலம்தான் ஹீலா செல்கள் பற்றி ஹென்ரிட்டா குடும்பத்தினர் அறிந்துகொண்டனர். ரோஜர் பின்வருமாறு எழுதியிருந்தார்: "ஹீலா செல்கள் பண்டமாற்றம் செய்யப்பட்டன; விற்கப்பட்டன; ஆராய்ச்சி நிறுவனங்களுக் கிடையே போக்குவரத்து செய்யப்பட்டன; அரசாங்கத்தினால் ஆதரிக்கப்பட்ட நிறுவனங்களிலிருந்து தனியார் நிறுவனங்கள் முதலானவைகள் இச்செல்களை விற்கும் மூலங்களாகத் திகழ்ந்தன; அந்த செல்களைப் பெறுவதற்கு கட்டணமற்ற (Toll Free) தொலை பேசி சேவையும் ஏற்படுத்தப்பட்டது; ஒரு சின்னக் குப்பியில் அடைக்கப்பட்ட ஹீலா செல்களின் விலை 25 அமெரிக்க டாலர் (1975இல்)".

இந்த பத்தியைப் படித்த ஹென்ரிட்டா குடும்பத்தினர் ஜார்ஜ் கே அவர்களும் ஹாப்கின்ஸ் மருத்துவமனையும் ஹென்ரிட்டாவிடமிருந்து செல்களைக் கொள்ளையடித்து கோடி கோடியாக சம்பாதித்துள்ளனர் என்பதை முதன்முறையாக நம்பினர். இருப்பினும் கே மற்றும் ஹாப்கின்ஸ் மருத்துவமனை ஹீலா செல்களுக்காக பணம் வசூலித்ததற்கு சாட்சியமாக எந்த ஒரு ஆதாரமும் இல்லை என்பதும் குறிப்பிடத்தக்கது. ஆனால் செல் வங்கிகள் மற்றும் பயோடெக் நிறுவனங்கள் ஹீலா செல்களைக் கொண்டு கோடிகோடியாக சம்பாதித்ததற்கான ஆதாரங்கள் இருக்கின்றன. இன்விட்ரோஜன்[1] (Invitrogen) என்ற நிறுவனம் ஹீலா செல்களின் விலையை ஒரு குப்பிக்கு 100 அமெரிக்க டாலர்களிலிருந்து 10000 அமெரிக்க டாலர் வரை நிர்ணயித்து விற்பனை செய்துள்ளது. ஹீலா செல்கள் தொடர்பாக 17000 காப்புரிமைகள் இதுவரை பெறப்பட்டுள்ளதாக U.S. Patent and Trademark[2] தெரிவிக்கிறது.

*1960*களிலிருந்து American Type Culture Collection நிறுவனம் ஹீலா செல்களை விற்பனை செய்து வருகிறது. இந்நிறுவனத்தில் *2010* இல் ஒரு குப்பி ஹீலா செல்லின் விலை *256* அமெரிக்க டாலர்களாக இருந்துள்ளது. ஒவ்வொரு வருடமும் ஹீலா செல்கள் விற்பனை மூலம் எத்தனை டாலர்கள் சம்பாதிக்கப்பட்டன என்பதை அந்நிறுவனம் வெளியிடாது! இத்தகைய பண பரிவர்த்தனைகள் பற்றியும் ஹென்ரிட்டா குடும்பத்தினருக்கு ஒன்றும் தெரியாது. அவர்களுக்குத் தெரிந்ததெல்லாம் கே ஹீலா செல்களை ஹாப்கின்ஸ் மருத்துவமனையில் வளர்த்தார்; யாரோ எங்கேயோ அதனைக் காசாக்கினர் என்பதுதான்.

டெபோராவிற்கு இதிலெல்லாம் ஆர்வமில்லை. தன் குழந்தை களை வளர்ப்பதற்கே பொழுது போதவில்லை. மேலும் ஒரு அகராதியை கையில் வைத்துக்கொண்டு செல் பற்றிய அறிவை வளர்த்துக்கொள்ள அது தொடர்பான புத்தகங்கள் மற்றும் கட்டுரைகளை தேடித்தேடிப் படித்துக்கொண்டிருந்தார். நாள் ஆக ஆக டெபோராவிற்கு செல் தொழில்நுட்பம் இன்னும் பிடிபடாமல் நழுவுகின்ற ஒன்றாகவே இருந்தது. ஹீலா செல்களை புகையிலைச் செல்களோடு இனக்கலப்பு செய்வதாக வந்த ஒரு செய்தியை படித்துவிட்டு பாதி உருவம் தனது தாயாகவும் மீதி உருவம் புகையிலைச் செடியாகவும் இருக்கிற ஒரு பூதத்தை அறிவியல் உற்பத்தி செய்வதாகப் புரிந்துகொண்டார் டெபோரா. ஒரு மாயாவி வைத்தியர் தனது கையைச் சொடக்கி ஹீலா செல்களை அடக்கப்போவதாக கூறியுள்ள இன்னொரு கட்டுரையைப் படித்து திகிலடைந்து போனார் டெபோரா.

1976 மார்ச் *25*இல் முன்னணி நாளிதழ்களில் ஹீலா செல்லுக்குப் பின்னால் இருப்பது ஒரு கருப்பினப் பெண்தான் என்பது பகிரங்கமாக அறிவிக்கப்பட்டிருந்தது. அவ்வாறு அறிவிக்கப்பட்ட நேரம் உண்மையிலேயே முக்கியமான நேரம். டஸ்கிகீ மையத்தில் செய்யப்பட்ட ஆய்வுகள் கருப்பினத்தவரின் நினைவுகளிலிருந்து அழியாமல் இருந்தன. கருப்பினத்தவர்களுக்கு வழங்கப்பட்ட மருத்துவமானது இனத்துவேஷம் கொண்டதாக இருந்ததால் கருஞ்சிறுத்தைகள்[3] (Black Panthers) அமைப்பினர் தங்களுக்கென்றே இலவச மருத்துவமனைகளை உருவாக்கியிருந்தனர். எனவே ஹீலா செல்களுக்குப் பின்னால் இருந்த, இனம் சார்ந்த துரோகம் என்பது அவர்களால் மறக்கமுடியாத ஒன்றாக இருந்தது. இதற்கெல்லாம் அடிப்படையாக இருந்தது ரோஜர் எழுதிய கட்டுரைதான். பின்னர் அனைத்து முன்னணி பத்திரிக்கைகளும்

புற்றுநோய்க்கெதிரான போராட்டத்தில் ஒரு முக்கியமான அம்சம் ஹீலா செல்கள் என புகழாரம் சூட்டின.

இதற்கிடையே மெக்குசிக் மற்றும் சூசன் ஆகியோர் ஹென் ரிட்டா குடும்பத்தினரிடமிருந்து எடுக்கப்பட்ட இரத்த மாதிரி தொடர்பான முடிவுகளை அறிவித்தனர். அதில் அவர்களது டி.என்.ஏ. விடமிருந்து 43 வெவ்வேறு வகையான மரபுக் குறிப் பான்களை அடையாளப்படுத்தியிருப்பதாக தெரிவித்திருந்தனர். இதனைக்கொண்டு ஊடகத்தில் வளர்க்கப்படும் செல்களில் எவை ஹீலா செல்கள் என்பதைக் கண்டறிந்துவிட முடியும் என அறிவித்தனர். ஹென்ரிட்டா குடும்பத்தினரிடமிருந்து எடுக்கப்பட்ட இரத்த மாதிரிகளின் மூலம் கிடைக்கப்பெற்ற முடிவுகளை சம்பந்தப்பட்டவர்களின் ஒப்புதலில்லாமல் வெளியிடுவது என்பது அமெரிக்காவில் 2006இல் நிறைவேற்றப்பட்ட Health Insurance Portability and Accountability Act(HIPPA) படியும் 2008இல் நிறைவேற்றப்பட்ட Genetic Information Nondiscrimination Act படியும் தவறு. ஆனால் அத்தகைய சட்டங்கள் 70களில் இல்லை. எனவே அந்த முடிவுகள் தாராளமாக எவ்வித அனுமதியுமின்றி வெளி யிடப்பட்டன.

ஆனால் டெபோரா தன்னுடைய கேள்விக்கான பதிலை எதிர்பார்த்துக் காத்திருந்தார். அதாவது தனக்குப் புற்றுநோய் வருமா வராதா என்று. ஆனால் அதே நாட்டின் இன்னொரு பக்கம் வாழ்ந்த ஜான் மூர் என்ற ஒரு வெள்ளையினத்தவர் வேறு ஒரு போராட்டத்திற்கு தயாராகிக்கொண்டிருந்தார். தனது உடலிருந்து எடுக்கப்பட்ட செல்கள் எவ்வாறு பயன்படுத்தப்பட்டன, அதில் எவ்வளவு இலாபத்தை யார் யார் சம்பாதித்தார்கள் என்பதை அவர் அறிந்திருந்ததால் அவர்களுக்கெதிராக வழக்கு தொடுக்கவும் தயாராகிக்கொண்டிருந்தார்!

குறிப்புகள்

1. இன்விட்ரோஜன் (Invitrogen)-Thermo Fisher Scientific கார்ப் பரேசன் என்ற நிறுவனத்தின் பல்வேறு பிராண்ட் நிறுவனங்களில் ஒன்றுதான் இந்த இன்விட்ரோஜன். உயிர் தொழில்நுட்ப பொருள்களை உற்பத்தி செய்வதுதான் இதன் பணி. தலைமையிடம் மசாசூசெட்ஸ்.

2. U.S. Patent and Trademark - அமெரிக்க வர்த்தகத் துறையில் ஒரு அங்கமாகத் திகழும் முகமை. இதன் பணி புதுக்

கண்டுபிடிப்புகளுக்கு காப்புரிமை வழங்குவது.

3. கருஞ்சிறுத்தைகள் (Black Panthers) - அமெரிக்காவில் *1966 லிருந்து 1982 வரை செயல்பட்ட* கருந்தேசியவாதம் மற்றும் சோசலிசம் பேசிய புரட்சிகர அமைப்பு.

எனது செல்களை விற்க நீங்கள் யார்?

*1976*இல் ஒரு நிறுவனத்தில் பொறியாளராக பணியாற்றியவர் தாமஸ் மூர். வார நாட்கள் அனைத்திலும் 12 மணி நேரம் உழைத்தார். சில காலங்கள் கழித்து அவரது வேலையே அவரைக் கொல்வதாக உணர்ந்தார். ஏனென்றால் அவரது ஈறுகளில் இரத்தம் வழிந்தது; வயிறு புடைத்து விட்டது; உடல் முழுவதும் காயங்கள் ஏற்பட்டன. அப்பொழுது அவருக்கு வயது 31. மூர் ஹேரி செல் லுக்கீமியா[1] (Hairy Cell Lukemia) என்ற வகைப் புற்றுநோயால் பாதிக்கப்பட்டிருந்தார். உள்ளூர் மருத்துவரை தொடர்புகொண்ட போது அவர் இந்நோய்க்கென்று பிரத்தியேக நிபுணராக UCLA[2] இல் பணியாற்றிய திரு.டேவிட் கோல்டே என்பவரை சிபாரிசு செய்தார். மூரின் மண்ணீரலை எடுத்து விடுவதைத் தவிர வேறு வழியில்லை என கோல்டே கூறிவிட்டார். மூர் இசைவுப் படிவத்தில் கையொப்பமிட்டதும் அவரது மண்ணீரல் அறுவை சிகிச்சை மூலம் நீக்கப்பட்டது. சாதாரணமாக ஒரு மண்ணீரலின் எடை அரைக் கிலோவுக்கு குறைவாக இருக்கும். மூருக்கு அறுவைசிகிச்சை செய்தபோது அதன் எடை சுமார் 10 கிலோ இருந்தது!

பின்னர் ஒரு வியாபாரியாக சியாட்டில் (Seattle) நகரில் குடியேறி னார் மூர். அங்கிருந்து மருத்துவ சோதனைக்காக கோல்டேவை

சந்திக்க லாஸ் ஏஞ்செல்ஸ் (Los Angels) வருவார். ஒரு கட்டத்தில் நீண்ட தூர விமானப் பயணம் மூருக்கு அசதியை ஏற்படுத்தியது. கோல்டே எடுக்கும் அதே சோதனையை சியாட்டில் நகரில் ஒரு மருத்துவர் எடுக்கமாட்டாரா என நினைத்து இது தொடர்பாக கோல்டேயிடம் கேட்டபோது, கோல்டே தான் விமானச் செலவை ஏற்றுக்கொள்வதாகவும், பெவெர்லி வெல்ஷயர்[3] (Beverly Welshire) விடுதியில் தங்குவதற்கு ஏற்பாடு செய்வதாகவும் கூறினார். வித்தியாசமாகப் பட்டாலும் இது குறித்து மூர் சந்தேகப்படவில்லை.

1983ஆம் ஆண்டின் ஒரு நாளில் பரிசோதனைக்காக வந்திருந்த மூரிடம் தாதி ஒரு இசைவுப் படிவத்தைக் கொண்டுவந்து கொடுத்தார். அதில் பின்வருமாறு எழுதப்பட்டிருந்தது:

"என்னுடைய இரத்தம் மற்றும்/அல்லது எலும்பு மஜ்ஜையிலிருந்து வளர்த்தெடுக்கப்பட்ட எந்த ஒரு செல் வரிசை அல்லது எந்த ஒரு வலுமிக்க தயாரிப்பையும் பெறுவதற்கான அனைத்து உரிமைகளையும் நான் கலிஃபோர்னிய பல்கலைக்கழகத்திற்கு வழங்குகிறேன்/வழங்கவில்லை".

முதலில் மூர் அந்தப் படிவத்தில் "அனுமதி வழங்குகிறேன்" என்று குறிப்பிட்டாலும் கோல்டே தன்னிடம் நேர்மையாக இல்லை என சந்தேகித்தார். அடுத்த முறை பரிசோதனைக்கு வந்தபோதும் அதே தாதி அதே படிவத்தைக் கொண்டு வந்து கொடுத்ததும், தன்னிடமிருந்தான ஏதோ ஒன்றைக் கொண்டு வணிக ரீதியில் பயன்பெறுகிறீரா என்று கூட மூர் கேட்டார். அதற்கு கோல்டே இல்லை என்று பதிலளித்தார். ஆனால் படிவத்தில் இம்முறை "அனுமதி வழங்கவில்லை" என எழுதிவிட்டு மருத்துவமனைக்கு அருகில் உள்ள தனது பெற்றோர் வீட்டிற்கு சென்றுவிட்ட மூருக்கு கோல்டே தொலைபேசி மூலம் தொடர்பு கொண்டு தாங்கள் படிவத்தில் "அனுமதி வழங்கவில்லை" என தவறுதலாக எழுதியுள்ளீர்கள், அதனை வந்து திருத்திக் கொடுத்து விட்டுச் செல்லுங்கள் என்று கூறினார். இல்லை என்னால் வர இயலவில்லை என்று கூறிவிட்டு சியாட்டில் சென்றுவிட்டார் மூர்.

சில நாட்கள் கழித்து மூர் வீட்டின் முன்னால் அமைந்துள்ள தபால் பெட்டியில் அதே படிவம் கோல்டே அவர்களால் அனுப்பப்பட்டிருந்தது. இம்முறையும் மூர் அந்தப் படிவத்தில்

இசைவுக் கையொப்பமிட்டு அனுப்பவில்லை. இம்முறை கோல்டே தன் கைப்படவே ஒரு கடிதம் எழுதினார். அதில் எனக்கு பெரும் தலைவலியாக இருப்பதை நிறுத்திவிட்டு படிவத்தில் கையொப்பமிடுமாறு கோல்டே கோரியிருந்தார். அந்தப் படிவத்தை ஒரு வழக்கறிஞரிடம் அனுப்பி வைத்த போதுதான் மூரிடமிருந்து உருவாக்கப்பட்ட மோ (Mo) என்கிற செல் வரிசையை தயாரித்து ஏழு வருடங்களாக அதனை சந்தைப்படுத்தி கோல்டே இலாபம் சம்பாதித்தது தெரியவந்தது.

மூர் வசம் அந்த இசைவுப் படிவத்தை கொடுப்பதற்கு முன்னரே அவரிடமிருந்து வளர்த்தெடுக்கப்பட்ட செல் வரிசை மற்றும் அந்த செல்கள் உருவாக்கிய மதிப்புமிக்க புரோட்டீன்கள் மீதான காப்புரிமைக்கு விண்ணப்பித்துவிட்டார் கோல்டே! இதற்கிடையில் மோ செல் வரிசையை "வணிகரீதியில் வளர்த்தெடுக்கவும்", "விஞ் ஞானப்பூர்வமாக ஆராயவும்" 3.5 மில்லியன் அமெரிக்க டாலர் அளவிற்கு ஒப்பான பங்குகளைப் (Shares) பெற்றுக்கொண்டு ஒரு உயிர்தொழில்நுட்ப நிறுவனத்தோடு ஒப்பந்தத்தில் ஈடுபட்டதாக கோல்டே மீது வழக்கு தொடர்ந்திருந்தார் மூர்.

1980க்கு முன்னால் உயிரியல் ரீதியான கண்டுபிடிப்புகளுக்கு காப்புரிமை வாங்கமுடியாது. ஜெனரல் எலெக்ட்ரானிக்ஸ் நிறுவனத்தில் பணியாற்றிய ஆனந்த மோகன் சக்கரவர்த்தி[4] என்பவர் மரபணு மாற்றத்தின் மூலமாக ஒரு பாக்டீரியாவைக் கண்டுபிடித்திருந்தார். அந்த பாக்டீரியாவைப் பயன்படுத்தி சிந்திய எண்ணெய்யை உட்கொள்ளச் செய்வதன் மூலம் புறப்பரப்பை சுத்தப்படுத்த முடியும். அந்த பாக்டீரியாவிற்கு காப்புரிமை கோரி ஆனந்த மோகன் சக்கரவர்த்தி வழக்கு தொடர்ந்திருந்தார். ஆனால் உயிர்வாழ்கிற எந்த ஒரு உயிரினத்தையும் காப்புரிமையின் கீழ் கொண்டுவர இயலாது என நீதிமன்றம் கூறிவிட்டது. ஆனால் சாதாரண பாக்டீரியங்களால் அவ்வாறு எண்ணெய்யை உட்கொள்ள இயலாது. மேலும் இத்தகைய கண்டுபிடிப்பிற்குக் காரணம் "மனித படைப்பாக்க திறன்தான்; அத்தகைய பாக்டீரியா இயல்பில் புவியில் இல்லை" என்று வாதிட்டு வெற்றிபெற்றிருந்தார் ஆனந்த மோகன் சக்கரவர்த்தி. அதே அடிப்படையில்தான் கோல்டேவும் காப்புரிமை கோரி விண்ணப்பித்திருந்தார்.

மூர் அவர்களின் செல்கள் அரிதானவைகள் என்றும் அவை களுக்கு காப்புரிமை வழங்குவதில் தவறில்லை எனவும் விஞ் ஞானிகள் தரப்பில் கூறப்பட்டது. மூரின் செல்கள் அரிதான

புரோட்டீன்களை உற்பத்தி செய்தன. அவைகளைக் கொண்டு புற்றுநோய் மற்றும் நோய்த்தொற்றுகளுக்கான மருந்து கண்டு பிடிப்பதில் மருந்து நிறுவனங்கள் ஆர்வம் காட்டின. அதே போல் மூர் செல்கள் HTLV[5] என்கிற வைரஸையும் தாங்கி வந்தன. இந்த வைரஸ் HIV வைரஸின் தூரத்து சொந்தம் எனலாம். இந்த HTLV வைரஸைப் பயன்படுத்தி AIDS நோய்க்கான தடுப்பு மருந்தைக் கண்டுபிடிப்பதற்கு மருந்து நிறுவனங்கள் கோடி கோடியாக செலவழிக்கத் தயாராக இருந்தன. ஒருவேளை தன்னிடம் இப்படி ஒரு செல் இருப்பதாக மூர் முன்னரே அறிந்திருந்தால் அவரே காப்புரிமைக்கு விண்ணப்பித்திருப்பார். அப்பேற்பட்ட மனிதர் அவர்!

இதற்கு முன்னுதாரணம் இல்லாமலில்லை. 1970களின் ஆரம் பத்தில் டெட் ஸ்லாவின்(Tead Slavin) என்பவர் தனது உடலில் உருவான ஆண்டிபாடிகளைக்[6] (Antibody) கொண்டு ஒரு வியா பாரமே நடத்திவிட்டார்! இவர் 1950 களில் இரத்தம் உறை யாமை(Hemophilia) நோயினால் பாதிக்கப்பட்டிருந்தார். ஸ்லாவி னுக்கு யாரேனும் ஒருவரின்(Donor) இரத்தத்திலிருந்து எடுக்கப் பட்ட இரத்தத்தை உறையச்செய்யும் காரணிகளைக்(Clotting Factor) கொண்ட இரத்தத்தை அவரது உடம்பில் செலுத்தி அவரை உயிர்வாழ வைத்துக்கொண்டிருந்தனர் மருத்துவர்கள். ஆனால் அவருக்கு செலுத்தப்படும் இரத்தத்தில் வேறு ஏதாவது நோய்கள் இருக்கின்றனவா என்பது குறித்து எந்த ஆய்வையும் மேற்கொள்ளாமலேயே அவருக்கு இரத்தம் ஏற்றப்பட்டுக் கொண்டிருந்தது. அவருக்கு ஏற்றப்பட்ட இரத்தத்தில் ஹெபா டைடிஸ் பி இருந்ததை யாரும் கவனிக்கவில்லை. ஆக ஹெபா டைடிஸ் பியினால் பாதிக்கப்பட்ட இரத்தத்தையே திரும்பத் திரும்ப ஏற்றியதில் அவரது உடல் ஹெபாடைடிஸ் பி ஆண்டி பாடிகளை(Antibody) உற்பத்தி செய்ய ஆரம்பித்திருந்தது! இந்த விஷயத்தை அவரது மருத்துவர் நேர்மையாக அவரிடம் சொல்லி அந்த ஆண்டிபாடிகள் மிகவும் மதிப்புமிக்க ஒன்றாகும் என்பதையும் அறிவித்துவிட்டார்.

ஏற்கனவே மஞ்சள்காமாலைக்கு மருந்து கண்டுபிடிக்க மருந்து நிறுவனங்கள் கோடிக்கணக்கில் பணத்தைக் கொட்டி ஆராய்ச்சி நடத்திக்கொண்டிருக்கையில் மஞ்சள் காமாலைக்கான ஆண்டிபாடியை ஒருவரது உடல் உற்பத்தி செய்கிறது என்ற தகவல் மருத்துவ உலகிற்கும், ஸ்லாவினுக்கும் தெரிய வருகிறது. ஏற்கனவே ஸ்லாவின் பணக்கஷ்டத்தில் இருந்தார். எனவே மருந்து

நிறுவனங்களையும், ஆய்வகங்களையும் தொடர்புகொண்டு ஆண்டிபாடிகளை எடுத்துக்கொண்டு தனக்கு பணம் தர முடியுமா என கேட்டார். அவர்கள் ஆரவாரமாக கூச்சல் போட்டு சரி என்று சொன்னார்கள்.

ஒரு மில்லி லிட்டர் சீரம்[8] (Serum) 10 அமெரிக்க டாலர் என விலை நிர்ணயித்து விற்பனை செய்தார் ஸ்லாவின்; பணமும் சம்பாதித்தார். ஆனால் பணப்பைத்தியமாக இருக்க விரும்பாத அவர் யாரேனும் ஹெபாடைடிஸ் பி நோயை குணப்படுத்த முடியுமா என யோசித்தார். நோபல் பரிசுபெற்ற வைரஸ் நிபுணர் திரு பரூச் பிளம்பர்க்கிற்கு[9] (Baruch Blumberg) ஒரு கடிதம் எழுதினார். அதில் அவரது ஆராய்ச்சிக்காக தனது இரத்தம் மற்றும் செல்களை எவ்விதக் கட்டுப்பாடுமின்றி பயன்படுத்திக்கொள்ள அனுமதி வழங்கியிருந்தார். ஸ்லாவின் அளித்த சீரத்திலிருந்து பிளம்பர்க் ஹெபாடைடிஸ் Bக்கான தடுப்புமருந்தைக் கண்டுபிடித்து லட்சக் கணக்கான மக்களைக் காப்பாற்றினார்.

மூர் விஷயத்தில் அவர் தனது செல்களை விற்கமுடியவில்லை. ஏனென்றால் அந்த செல்களுக்கு காப்புரிமை கோரி ஏற்கனவே கோல்டே விண்ணப்பித்துவிட்டார். எனவே தனது உடலை ஒப்புதலின்றி ஆராய்ச்சிக்கு பயன்படுத்தி தன்னை ஏமாற்றி விட்டதாக கோல்டே மீதும் UCLA மீதும் வழக்கு தொடுத்தார் மூர். இதன் மூலம் தன்னுடைய செல்கள் அனுமதியின்றி பயன் படுத்தப்பட்டமைக்கு எதிர்ப்பு தெரிவித்தும் மற்றும் இழப்பீடு கேட்டும் சட்டப்பூர்வமாக வழக்கு தொடர்ந்த முதல் ஆளாக மூர் மாறினார். ஒரு நீதிபதி முன்பாக வழக்கு விசாரணைக்கு வந்தது.

இதற்குள் உலகம் முழுவதும் விஞ்ஞானிகள் மத்தியில் பீதி கிளம்பியது. நோயாளியின் இரத்தம், செல்கள் அல்லது சீரம் போன்றவை அவர்களது சொத்தாகப் போய்விட்டால் அவர்களது அனுமதியின்றி அவைகள் எடுக்கப்பட்டால் அது திருட்டு என்ற வகையில் சேர்ந்துவிடும் என்று கவலைப்பட்டார்கள். பத்திரிக்கை கள் வழக்கறிஞர்களிடம் பேட்டி கண்டு வண்டி வண்டியாக எழுதித் தள்ளின. தங்களுடைய இலாபத்திற்காக செல்களுக்கு விலை நிர்ணயம் செய்து ஒட்டுமொத்த அறிவியல் ஆராய்ச்சியையே நோயாளிகள் நிறுத்தப் போகிறார்கள் எனவும் அவர்கள் கவலை கொண்டனர். மூர் விஷயம் எல்லா பத்திரிக்கைகளிலும் தலைப்புச் செய்தியாக வருவதற்கு முன்பு வரை செல்களை விற்பதன் மூலம்

பெரியளவில் பணம் சம்பாதிக்க முடியும் என்பதை மக்கள் அறிந்திருக்கவில்லை.

இறுதியில் மூர் வழக்கை நீதிபதி தள்ளுபடி செய்துவிட்டார். அதற்கு அவர் சுட்டிக்காட்டிய எடுத்துக்காட்டு ஹீலா செல்கள்தான். ஹீலா செல்களை எடுத்து ஆராய்ச்சிக்குப் பயன்படுத்திக்கொள்ள ஹென்ரிட்டா லேக்ஸின் அனுமதி ஒன்றும் பெறப்படவில்லை என நீதிபதி கூறியிருந்தார். 1988இல் மூர் மீண்டும் கலிஃபோர்னியா நீதிமன்றத்தில் மேல்முறையீடு செய்தார். இம்முறை மூர் வெற்றி பெற்றார். நீதிமன்றத் தீர்ப்பில் பின்வருமாறு கூறப்பட்டிருந்தது: "தன்னுடைய உடலிலிருந்து என்ன உருவாகிறதோ அதனை கட்டுப்படுத்தும் இறுதி அதிகாரத்தை ஒரு நோயாளி பெறுகிறார். அதில்லாமல் வேறு காரணங்களுக்காக அந்த அதிகாரத்தை நிறுத்தி வைப்பதானது மருத்துவ வளர்ச்சி என்ற பெயரில் மனித அந்தரங்கம் மற்றும் கௌரவம் ஆகியவற்றின் மீது ஊடுருவதாகும்". ஆனால், மீண்டும் கோல்டே மேல்முறையீடு செய்து வெற்றி பெற்றுவிட்டார்.

மூருக்கு எவ்வித பொருளாதார இலாபமும் கிடைக்கவில்லை. ஆனால் இரண்டு விஷயங்களில் அவரோடு நீதிமன்றம் ஒத்துப்போனது. அதாவது கோல்டே நோயாளியின் ஒப்புதலைப் பெறவில்லை; மற்றொன்று கோல்டெ நோயாளியின் நம்பிக்கைக்கு குந்தகம் விளைவித்துவிட்டார் என்பது. திசு ஆராய்ச்சியில் நோயாளிகளைப் பாதுகாக்க சட்டமியற்ற வேண்டும் என நீதி மன்றம் மக்கள் பிரதிநிதிகளைக் கேட்டுக்கொண்டது. ஒருவேளை நீதிமன்றம் மூர் அவர்களுக்கு ஆதரவாக தீர்ப்பளித்திருந்தால் அந்த தீர்ப்பானது "முக்கியமான மருத்துவ ஆராய்ச்சி நடத்துவதற்கான பொருளாதார ஊக்கத்தை அது அழித்துவிட்டிருக்கும்" என்றும் "அறிவியல் ஆராய்ச்சிக்குத் தேவையான கச்சாப் பொருள்களை நோக்கி அணுகுவதில் தடங்கலை ஏற்படுத்திவிடும்" என அந்த தீர்ப்பில் எழுதப்பட்டிருந்தது. நீதிமன்றங்களின் பெரும்பாலான தீர்ப்புகள் பணக்கார வர்க்கத்திற்கே சாதகமாக இருந்திருக்கின்றன என்பதற்கு இந்த வழக்கும் ஒரு சிறந்த உதாரணமாகும்.

குறிப்புகள்

1. ஹேரி செல் லுக்கீமியா (Hairy Cell Leukemia) - இரத்தம், எலும்பு மஜ்ஜை மற்றும் நிணநீர் போன்றவற்றைப் பாதிக்கக்கூடிய ஒரு வகைப் புற்றுநோய்

2. UCLA-University of California and Los Angels

3. பெவெர்லி வெல்ஷயர் (Beverly Welshire) - கலிஃபோர்னியா வில் அமைந்துள்ளா படு டாம்பீகமான ஓட்டல்

4. ஆனந்த மோகன் சக்கரவர்த்தி - மரபு பொறியியல் மூலமாக சூடோமோனாஸ் பாக்டீரியாவை உருவாக்கி யவர். இவர் ஒரு இந்தியஅமெரிக்கர்

5. HTLV - Human T-Lymphotropic Virus. Adult T-cell leukaemia என்கிற ஒரு வகை புற்றுநோய் உருவாகக் காரணமாக இருக்கிறது. HTLV III என்கிற வைரஸ்தான் எய்ட்ஸ் நோய் உருவாகக் காரணமாக இருக்கிறது. HTLV III ஐதான் நாம் HIV வைரஸ் என்கிறோம்.

6. ஆண்டிபாடி (Antibody) - பாக்டீரியா மற்றும் வைரஸ் போன்ற கிருமிகளை கண்டறிந்து அவைகளை நச்சு முறிவு செய்ய நமது இரத்த பிளாஸ்மா செல்கள் உற்பத்தி செய்கிற ஒரு வகை புரதம் ஆண்டிபாடி என்றழைக்கப் படுகிறது.

7. ஹெபாடைடிஸ் பி - கல்லீரலைப் பாதிக்ககூடிய மஞ் சள் காமாலை நோய்.

8. சீரம் - இரத்தத்தில் இரத்தத்தை உறையச் செய்யும் புரதங்களை நீக்கிய பிறகு எஞ்சும் திரவம் சீரம் எனப் படும் அல்லது இரத்தம் உறைந்த பிறகு எஞ்சியிருக்கும் திரவம்.

9. பரூச் பிளம்பர்க் - அமெரிக்க மரபியலாளர். ஹெபாடி டிஸ் பி வைரஸ் பற்றிய ஆராய்ச்சிக்காக 1976இல் நோபல் பரிசு பெற்றவர்.

தேடல்

டெபோரா தனது 30ஆவது பிறந்தநாளில் ஒன்றும் மரணித்து விடவில்லை. தனது தாயாருக்கு ஏற்பட்ட கதிதான் தனக்கும் நேரிடும் என்று பயந்துகொண்டிருந்தார். தனது கணவனை மணவிலக்கு செய்துவிட்டு புல்லம் (Pullum) என்பவரைத் திருமணம் செய்துகொண்டார். தனது குழந்தைகளைக் காப்பாற்றும் பொருட்டு அன்றாட வாழ்க்கைக்கே அல்லாடிக்கொண்டிருந்த டெபோராவுக்கு தனது தாயார் ஹென்ரிட்டாவின் செல் மற்றும் அது தொடர்பான சூடான செய்திகள் குறித்தான தேடுதல் என்பது குறைந்து போயிருந்தது. அது குறித்து அவர் அதிகம் சிந்திக்கவுமில்லை.

இவைகள் ஒருபக்கமிருக்க, ஹென்ரிட்டாவின் வாரிசு என்பதன் அடிப்படையில் ஜான் ஹாப்கின்ஸ் மருத்துவமனையிடமிருந்து ஹென்ரிட்டாவின் மருத்துவக் குறிப்புகளை ஏன் கேட்டுப்பெறக் கூடாது என டெபோராவிடம் யாரோ ஒருவர் யோசனை கூறியுள்ளார். ஆனால் அவர் அவ்வாறு அக்குறிப்புகளைக் கேட்டுப் பெறவில்லை. ஏனென்றால் தனது தாயார் பற்றி அதில் கூறப்பட்டிருக்கும் எதுவும் தனது மனதைப் பாதிக்கும் என்கிற பயம்தான் காரணம். *1985*இல் சயின்ஸ் *85* (Science 85) என்கிற இதழில் பத்திரிக்கையாளராக பணியாற்றிய மைக்கேல்

கோல்டு (Michael Gold) என்பவர் ஹீலா செல்கள் எவ்வாறு மற்ற செல்களை மாசுறச் செய்கின்றன என்பது பற்றி ஒரு புத்தகத்தை வெளியிட்டார். அந்த புத்தகத்தின் ஒரு பிரதியைப் பெற்ற டெபோரா அதில் தனது தாயார் பற்றி போட்டிருக்கிறதா என ஆவலாகப் பார்த்தபோது அதில் ஹென்ரிட்டா இடுப்பில் கைகொடுத்துக்கொண்டு நிற்கும் படம் பிரசுரிக்கப்பட்டிருந்தது. அந்தப் புத்தகத்தில்தான் ஹென்ரிட்டாவைப் பாதித்த நோய் குறித்தான குறிப்புகள் இடம்பெற்றிருந்தன. அதில் பின்வருமாறு எழுதப்பட்டிருந்தது: "மாதவிலக்கு இல்லாத நாட்களில் கூட அவரது உள்ளாடைகள் எங்கும் இரத்தம் படிந்திருந்தது; அவர் சிபிலிஸ் நோயினால் பாதிக்கப்பட்டிருந்தார்; கடுமையான வலி இருந்தது; காய்ச்சல் மற்றும் வாந்தியும் இருந்தது". அதே போல் அவரது பிரேத பரிசோதனை எவ்வாறு செய்யப்பட்டது என்றும் அதில் கூறப்பட்டிருந்தது: "மார்பின் நடுவே நீள்வாக்காக அவரது உடல் வெட்டிப்பிளக்கப்பட்டது. வயிறு முழுவதும் சாம்பல் நிற புற்று நோய்க் கட்டிகள் சவ்வரிசி அளவில் படர்ந்திருந்தன. அதைப் பார்ப்பதற்கு உள்ளுடல் முழுதும் முத்துக்களால் பொதியப்பட்டிருப்பதாகத் தோன்றியது. அந்தக் கட்டிகளிலிருந்து மெல்லிய இழைகள் கல்லீரல், உதரவிதாணம், குடல், குடல்வால், மலவாய் மற்றும் இதயம் என எங்கும் பரவியிருந்தன. புற்றுநோய்க் கட்டிகள் கருப்பை வாய் மற்றும் பெலோபியன் குழாய் மேற்புறத்திலும் கொத்துக்கொத்தாக இருந்தன. மூத்திரப்பை இன்னும் கொடுமையாக இருந்தது. அது முழுவதும் கட்டிகளால் நிரப்பப்பட்டிருந்தது".

இதனைப் படித்த டெபோரா மயக்கமடைந்தே விழுந்து விட்டார். தனது தாயார் பட்ட வேதனையையெல்லாம் கற்பனை செய்து பார்த்து இரவு முழுதும் அழுது தீர்த்தார். தூக்கமிழந்தார் அவர். இப்பொழுது இங்கு ஒரு புதுவித பிரச்சினை கிளம்பியது. ஒரு செய்தியாளருக்கு யார் தங்களது தாயார் சம்பந்தமான குறிப்புகளைக் கொடுத்தது என டெபோரா, லாரன்ஸ் மற்றும் ஜக்காரியா ஆகியோர் குழப்பமடைந்தனர். அவர்களுக்கு ஹாப்கின்ஸ் மருத்துவமனை மீது கடுங்கோபம் உண்டானது. ஏனென்றால் அம்மருத்துவமனை அல்லது ஜார்ஜ் கே உடன் தொடர்புடைய ஒருவர்தான் இந்த செய்தியாளருக்கு அந்த ரகசியங்களை கொடுத்திருக்க முடியும் என நினைத்தனர்.

மைக்கேல் கோல்டு என்கிற அந்த செய்தியாளரும் அந்த ரகசியங்களை யார் தந்தது என்று தனக்கு ஞாபகமில்லை என

பின்னர் தெரிவித்தார். ஆனால் ஹென்ரிட்டாவின் படத்தை ஹாப்கின்ஸ் மருத்துவமனையின் மருத்துவர் ஹாவார்டு ஜோன்ஸ் தான் கொடுத்ததாகச் சொன்னார். அந்தக் குறிப்புகள் யாரோ ஒருவரது மேஜை ட்ராயரலிருந்து எடுக்கப்பட்டதாகவும் ஆனால் அந்த மேஜை மெக்குசிக் உடையதா அல்லது ஜோன்ஸ் உடையதா என்பது தனக்கு நினைவில்லை என்றும் மைக்கேல் கோல்டு சொன்னார். ஜோன்ஸ் தனக்கு மைக்கேல் கோல்டு பற்றியோ அல்லது அவரது புத்தகம் பற்றியோ தெரியாது என்று கூறிவிட்டார். தானோ அல்லது மெக்குசிக்கோ ஹென்ரிட்டா தொடர்பான மருத்துவக் குறிப்பேடுகளை யாருக்கும் காட்டவில்லை எனவும் அவர் கூறினார்.

ஏதோ ஒரு ஆதாரத்திலிருந்து பெறப்பட்ட குறிப்புகளை பத்திரிக்கையில் வெளியிடுவது என்பது ஒரு பத்திரிக்கையாளரைப் பொருத்தமட்டில் தவறில்லை என்றாலும், அக்குறிப்பில் தெரிவிக் கப்பட்ட விஷயங்களின் உண்மைத்தன்மையை உறுதிப்படுத்த சம்பந்தப்பட்டவரின் குடும்பத்தினரை தொடர்புகொண்டிருக்க வேண்டும். மைக்கேல் கோல்டு அவ்வாறு செய்யவில்லை. இது ஒரு புறமிருக்க நோயாளியின் நோய்க்குறிப்புகளை ஒரு பத்திரிக்கை யாளருக்கு மருத்துவர் கொடுப்பது என்பதும் நடைமுறையில் இல்லாத ஒன்றாகும். அவ்வாறு செய்வது தற்போது அமெரிக்கா வில் உள்ள சட்டத்தின்படி தண்டனைக்குரியது. ஆனால் 1980களில் அத்தகைய சட்டம் இல்லை என்பதால் கடைசிவரை ஹென்ரிட்டா தொடர்பான குறிப்புகளை யார் கொடுத்தார் என்பது தெரியாமலேயே போய்விட்டது!.

இறவாத்தன்மைக்கு காரணம் என்ன?

ஹென்ரிட்டா இறந்து *30* வருடங்கள் கழித்துதான் ஹென்ரிட்டாவிற்கு எவ்வாறு புற்றுநோய் பரவியது மற்றும் ஏன் அவரது செல்கள் ஒருபோதும் மரணிக்கவில்லை என்பதற்கான காரணம் கண்டறியப்பட்டது எனலாம். *1984* இல் ஹரால்டு ஜர் ஹாசன் (Harald Zir Hausen) என்கிற ஜெர்மானிய வைரஸ் இயல் நிபுணர் Human Pappillomaa Virus I8(HPV-I8) என்கிற பாலியல் தொற்று வைரஸ் இழைகளைக் கண்டுபிடித்திருந்தார். ஹீலா செல்களிலும் HPV-I8 வைரஸ் இருப்பது கண்டறியப்பட்டது (ஹென்ரிட்டா இறக்கும்போது சிபிலிஸ் என்கிற பால்வினை நோயால் பாதிக்கப்பட்டிருந்தார் என்பது குறிப்பிடத்தக்கது). ஆனால் தற்போதைய ஹீலா செல்கள் வளர் ஊடகத்தில் வளர்க்கப்பட்டிருப்பதால் அவைகள் மாசுபடுத்தப்பட்டிருப் பதற்கான வாய்ப்பிருந்ததால் ஹென்ரிட்டா இறந்தபோது அவரது உடலிருந்து எடுக்கப்பட்ட கட்டியிலிருந்து ஒரு பகுதியை ஆய்விற்கு உட்படுத்திய போது ஒரு முக்கிய விஷயம் புலப்பட்டது. இந்த செல்களிலும் HPV-I8 வைரஸ் இருப்பதோடு மட்டுமல்லாமல் ஹென்ரிட்டா அவர்கள் பல்வேறு பிரதி(Copy) HPV-I8 வைரஸ் இழைகளால் பாதிக்கப்பட்டிருந்தது தெரியவந்தது. இவைகள் மிகவும் ஆபத்தான வைரஸ் இழைகள் என்பது குறிப்பிடத்தக்கது.

தற்போது நடப்பில் 100 க்கு மேற்பட்ட HPV இழைகள் உள்ளன. அவைகளில் 13 இழைகள் கருப்பை, ஆசனவாய், தொண்டை புற்றுநோய்க்குக் காரணமாகின்றன. 80 கள் முழுவதும் HPV தொற்று மற்றும் அது எவ்வாறு புற்றுநோய்க்கு காரணமாகிறது என்பன பற்றியெல்லாம் ஆய்வுகள் மேற்கொள்ளப்பட்டன. HPV ஆனது அதன் டி.என்.ஏ. வை ஓம்புயிரி செல்லின் (Host Cell) டி.என்.ஏ.க்குள் உட்செலுத்தி அங்கு புரோட்டீன்களை உற்பத்தி செய்கிறது. அது புற்றுநோய்க்கு காரணமாகிறது என விஞ்ஞானிகள் அறிந்தார்கள். HPV டி.என்.ஏ.வை செயல்படவிடாமல் தடுக்கப்பட்டபோது (Block) கருப்பை வாய் செல்கள் புற்றுநோய் செல்களாக மாறுவது நின்று போனது. இத்தகைய கண்டுபிடிப்புகள் ஹாசன் HPV தடுப்புமருந்தைக் கண்டுபிடிப்பதற்கும், அவர் நோபல் பரிசைப் பெறுவதற்கும் உதவின. HPV மீது தொடர்ந்து செய்யப்பட்ட ஆராய்ச்சிகள் ஹென்ரிட்டா உடலில் எவ்வாறு புற்றுநோய் உருவானது என்பதை விளக்கின. HPV தனது டி.என்.ஏ.வை ஹென்ரிட்டா செல்லின் 11 ஆவது குரோமோசோமின் நீண்ட கையினுள்(Arm) உட்செலுத்தியது. மேலும் அது ஹென்ரிட்டாவின் P53[1] புற்றுநோய்க் கட்டி ஒடுக்கு ஜீனை(P53 Tumour Suppressor Gene) செயல்படாமல் செய்தது.

பல்வேறு விஞ்ஞானிகளால் ஹீலா செல்களின் இறவாத் தன்மைக்கான காரணத்தை சரிவர விளக்க இயலவில்லை என்பது குறிப்பிடத்தக்கது. சில வைரஸ்கள் அல்லது வேதிப்பொருட்களைப் பயன்படுத்தி இறவாத்தன்மை கொண்ட செல்களை இன்று உருவாக்க முடிந்தாலும் அவைகள் சில நாட்களே வாழ்கின்றன. ஹீலா செல்கள் போன்று நீண்டகாலம் வாழ்கின்ற செல்கள் மிக அரிதாகவே இருக்கின்றன.

ஹீலா ஆராய்ச்சியைப் பொருத்தமட்டில் ஒவ்வொரு பத்தாண்டும் ஒரு முக்கியமான திருப்பத்தை ஏற்படுத்துகிற ஆண்டாகவே இருந்தது. எய்ட்ஸ் பரவிய பத்தாண்டில் அது தொடர்பான ஆராய்ச்சியில் ஈடுபட்டவர்களில் திரு. ரிச்சர்டு ஆக்ஸல் (Richard Axel) ஒருவர். இவர் ஒரு மூலக்கூறு உயிரியலாளராவார் (Molecular Biologist). இவர் HIV வைரஸைக் கொண்டு ஹீலா செல்களை பாதிப்படையச் செய்தார். இவ்வாறு செய்வதன் மூலம் செல்களில் டி.என்.ஏ. அமைப்பை மாற்றிவிட முடியுமா என்பது பற்றிய ஆராய்ச்சியில் ஈடுபட்டார் அவர். ஆக்ஸல்லின் ஆராய்ச்சி ஜெர்மி ரிஃப்கின் (Jeremy Rifkin) என்பவரது கவனத்தை ஈர்த்தது. விஞ்ஞானிகள் டி.என்.ஏ. வை மாற்றியமைக்க

முடியுமா என்பது பற்றிய பொது விவாதத்தில் ஈடுபட்டு வந்தவர் அவர். டி.என்.ஏ.வை இஷ்டத்திற்கு மாற்றியமைப்பது என்பது ஆபத்தானது. ஏனென்றால் இதன் மூலம் "வடிவமைக்கப்பட்ட குழந்தைகளை" உருவாக்கிவிடமுடியும் என்று அவர் கூறி வந்தார். மரபணு பொறியியலை தடுத்து நிறுத்துவதற்கு அப்பொழுது சட்டத்தில் இடமில்லை என்பதால் இருக்கின்ற சட்டங்களைக் கொண்டு அவர் அவ்வப்போது இத்தகைய மரபணு பொறியியலுக்கு எதிராக வழக்கு நடத்திவந்தார். ஆக்ஸல் ஹீலா செல்களை HIVயைக் கொண்டு பாதிப்படையச் செய்ததற்கு எதிராக ரிஃப்கின் வழக்குத் தொடர்ந்திருந்தார். ஏற்கனவே ஹீலா செல்கள் வளர் ஊடகத்தில் வளரும் மற்ற செல்களை எளிதில் பாதிக்கக்கூடியது; அப்படியிருக்கையில் அவைகளை HIVயைக் கொண்டு பாதிப்படையச் செய்தால் இன்னும் ஆபத்தாகிவிடும் என்று வாதிட்டார் ரிஃப்கின். இதற்கு, பயப்படத்தேவையில்லை ஏனென்றால் செல் வளர்க்கப்படும் வளர் ஊடகத்திற்கு வெளியே ஒரு செல் வளர்ந்துவிடாது. மேலும் வளர் ஊடகம் மாசுபடுத்தப்படுவதற்கும், HIV தொற்றுக்கும் எந்த சம்பந்தமுமில்லை என்று பதிலளித்தார் ஆக்ஸல். இறுதியில் ரிஃப்கின் வழக்கு தள்ளுபடி செய்யப்பட்டது. தொடர்ந்து ஆக்ஸல் HIVஐக் கொண்டு ஹீலா செல்களை ஆராய்ச்சிக்கு உட்படுத்திக்கொண்டிருந்தார்.

இங்கு இன்னொரு அதிசயமும் நடந்தது. இனிமேல் ஹீலா செல்கள் மனித செல்களாக கருதப்படப்போவதில்லை என இரு விஞ்ஞானிகள் ஒரு புது கோட்பாட்டை உருவாக்கினார்கள்! மனித உடலில் ஏற்படுவது போல் வளர் ஊடகத்தில் வளர்க்கப்படும் செல்களும் மாற்றத்திற்குள்ளாகின்றன. வேதிப்பொருள்கள், சூரிய ஒளி, மற்றும் பல்வேறு சுற்றுச்சூழல் போன்றவைகளால் அந்த செல்களின் டி.என்.ஏ.வில் மாற்றம் ஏற்படுகின்றன. இவை அனைத்தும் ஹீலா செல்களுக்கும் நேர்ந்தன. ஆரம்பத்தில் ஹீலா செல்கள் வளர் ஊடகத்தில் வளர்க்கப்பட்டன. செல்பகுப்பின் மூலம் அவைகள் பல தலைமுறையாக பல்வேறு மாற்றங் களுக்கு உள்ளாகின. முதல் தலைமுறைச் செல்கள் அடுத்த தலைமுறைச் செல்கள் போல் இல்லை. எனவே மூதாதையர் ஒருவராக இருந்தாலும் பல்வேறு தலைமுறையைக் கடந்து பல மாற்றங்களுக்கு உள்ளாகி வந்துள்ளதால் ஹீலா செல்கள் அதன் சுத்தத்தன்மையை இழந்துவிட்டன. எனெவே ஹீலா செல்கள் தற்போது ஒரு தனி இனமாக உள்ளது என அவர்கள் கூறினர்.

ஹீலா செல்களிலிருந்து இச்செல்கள் வேறுபடுவதால் இந்த புதிய செல்களுக்கு ஹீலாசைட்டான் ஹார்ட்லெரி (Helecyton Cartleri) என்று ஒரு புதுப் பெயரையும் சூட்டிவிட்டனர். இங்கு ஹீலாசைட்டான் என்பது ஹீலா செல்களிலிருந்து உருவானது என்று அர்த்தம். கார்ட்லர் என்பது "ஹீலா அணுகுண்டை" வெடிக்கச் செய்த கார்ட்லர் நினைவாக சூட்டப்பட்டது. யாரும் இந்தக் கோட்பாட்டை எதிர்க்கவோ ஆதரிக்கவோ இல்லை. ஹென்ரிட்டா செல்கள் இன்றுவரை மனித செல்கள் என்ற வரையறையில்தான் இருக்கின்றன. ஏனென்றால் ஒரு வேளை இன்று ஹென்ரிட்டா லேக்ஸ் உயிரோடு இருந்து அவரது செல்களை, ஹீலா செல்களோடு ஒப்பிட்டு ஃபிங்கர்பிரிண்டிங்[2] செய்திருந்தால் நிச்சயம் ஹென்ரிட்டாவின் டி.என்.ஏ. வும், ஹீலா செல் டி.என்.ஏ.வும் ஒத்துப்போயிருக்கும் என ஸ்டிவன்சன் வாதிட்டார்.

இங்கு இன்னொரு விஷயம் அவதானிக்கத்தக்கது. வளர் ஊடகத்தில் சாதாரண செல்களை வளர்க்கும்போது அவைகள் இறவாத்தன்மை கொண்டவைகளாக வளர்வதில்லை. ஹேஃப்ளிக் (Hayflick) என்ற விஞ்ஞானி சாதாரண செல்கள் செல்பகுப்பின் மூலம் ஏறக்குறைய ஐம்பது தடவை இரட்டிப்பானதும் இறந்துவிடுகின்றன எனக் கூறினார். இந்த எண்ணிக்கை ஹேஃப்ளிக் வரம்பு (Hayflick Limit) என அழைக்கப்பட்டது. விஞ்ஞானிகள் சாதாரண செல்களை இறவாத்தன்மை கொண்டவைகளாக உருவாக்க பல்லாண்டுகளாக உழைத்து வந்தாலும் அது சாத்தியப்படவில்லை. ஒரு வைரசாலோ அல்லது திடீர் மாற்றத்தாலோ உருமாற்றம் பெற்ற செல்கள்தான் இறவாத்தன்மை உடையவைகளாக வளர் ஊடகத்தில் உருவாக்க முடிந்திருக்கிறது. இதுதான் இத்துறையின் வேதமாக இருந்துள்ளது. அதனால்தான் ஹென்ரிட்டாவிடமிருந்து எடுக்கப்பட்ட புற்றுநோய்ச் செல்கள் இன்றளவும் இறவாத்தன்மை கொண்டவைகளாக இருக்கின்றன.

ஹீலா செல்கள் முடிவில்லாமல் பகுப்படையும் தன்மை கொண்டவை என விஞ்ஞானிகள் ஆய்வுகள் மூலம் அறிந்தனர். மேலும் செல்கள் அதன் ஹேஃப்ளிக் வரம்பை அடைந்து இறந்து போகும் அந்த பொறியமைவில் ஏதேனும் தவறு ஏற்படுவதால்தான் புற்றுநோய் ஏற்படுகிறதோ என பல்லாண்டுகளாக அவர்கள் சந்தேகித்தும் வந்தனர். மேலும் ஒவ்வொரு குரோமோசாமில் உள்ள டி.என்.ஏ. வின் முடிவிலும் டீலோமியர்[3] (Telomere) என்கிற இழை இருக்கிறது. அது செல்கள் பகுப்படைய பகுப்படைய அளவில்

கொஞ்சம் கொஞ்சமாகக் குறைய ஆரம்பிக்கும்; அவ்வாறு ஒரு கட்டத்தில் இல்லாதும் போய்விடும். அப்பொழுது செல்பகுப்பு நின்று அந்த செல் இறந்துவிடும் என்றும் அறிந்திருந்தார்கள். இது மனிதனுக்கும் பொருந்தும். அதாவது நமக்கு வயதாக ஆக டீலோமியரின் நீளம் குறைந்துகொண்டே போகும்.

90களின் ஆரம்பத்தில் யேல் பல்கலைக்கழகத்தைச் சேர்ந்த ஒரு விஞ்ஞானி மனிதப் புற்றுநோய் செல்கள் டீலோமெரேஸ் (Telomerase) என்ற நொதியைக் கொண்டுள்ளதென்றும் அந்த நொதிதான் டீலோமியரை மறுகட்டுமானம் செய்கிறது என்றும் கண்டறிந்தார். ஆக டீலோமெரேஸ் டீலோமியரை மறுநிர்மாணம் செய்யச் செய்ய அதன் நீளம் குறையாது ஹீலா செல்கள் பகுப்படைந்துகொண்டேயிருக்கின்றன. இதுதா ஹீலா செல்களின் இறவாத்தன்மைக்குக் காரணம்!

குறிப்புகள்

1. P53 - புற்றுநோய் உருவாக விடாமல் தடுக்கின்ற ஒரு ஒடுக்கு ஜீன்

2. டி.என்.ஏ. ஃபிங்கர்பிரிண்டிங் (Finger Printing) தோல், முடி அல்லது இரத்த செல்களில் உள்ள டி.என்.ஏ.க்களை ஆராய்ந்து ஒரு தனி மனிதனுக்கென்று உள்ள பிரத்யேக கூறுகளை கண்டறிவதாகும்.

3. டீலோமியர் (Telomere) - குரோமோசோமின் கடைசிப் பகுதி அழிந்துபோவதிலிருந்தும் ஒரு குரோமோசோம் இழை இன்னொரு குரோமோசோம் இழையோடு இணைந்து விடாமல் பார்த்துக்கொள்கிற ஒரு நியூக்ளி யோடைடு தொடர்.

அங்கீகாரம்

90களில் ஹென்ரிட்டாவின் கதை பி.பி.சி.யின் கவனத்தை ஈர்த்தது. லண்டனில் உள்ள அதன் நிகழ்ச்சித் தயாரிப்பாளர் திரு.ஆடம் கர்டிஸ் ஹென்ரிட்டா பற்றிய ஆவணப்படம் ஒன்றைத் தயாரிக்கும் முனைப்பிலிருந்தார். அதற்காக கேமராக்களோடும் உதவியாளர் களோடும் பால்டிமோர் வந்திறங்கினார். முன்னெப்போதுமில்லாத அளவிற்கு இந்த ஆவணப்படம் ஹென்ரிட்டாவைப் பற்றி மிக ஆழமாக பேசியது. பல மணி நேரங்கள் செலவழிக்கப்பட்டு ஒவ் வொன்றும் படமாக்கப்பட்டன.

இதற்கிடையில் ரோலண்ட் பாட்டில்லா முயற்சியில் அட்லாண்டாவில் (Atlanta) ஹென்ரிட்டாவை கௌரவிக்கும் பொருட்டு ஒரு விழா ஏற்பாடு செய்யப்பட்டது. ரோலண்ட் பாட்டில்லா தான் படித்த காலத்திலேயே ஹென்ரிட்டா பற்றி அறிந்திருந்ததால் அவரை கௌரவிக்கவேண்டும் என அப்பொழுதிலிருந்தே ஆசை கொண்டிருந்தார். எனவே 1996ஆம் ஆண்டு அக்டோபர் 11இல் அதற்கான ஏற்பாட்டைச் செய்தார். சிறுபான்மை மக்கள் புற்றுநோயால் பாதிக்கப்பட்டால் அவர்கள் எதிர்கொள்ளும் பிரச்சினைகள் பற்றிய அறிவியல் ஆய்வுக் கட்டுரைகளை சமர்ப்பிக்க ஆராய்ச்சியாளர்களுக்கு அழைப்பு விடுத்தார் பாட்டில்லா. அக்டோபர் 11ம் தேதியை ஹென்ரிட்டா

லேக்ஸ் தினம் என அறிவிக்கக் கோரி அட்லாண்டா நகர மேயரிடம் மனு செய்து அதற்கான அதிகாரப்பூர்வ அறிவிப்பையும் பெற்றார். பாட்டில்லாவின் வேண்டுகோளுக்கிணங்க ஹென்ரிட்டா பற்றிய ஒரு நினைவுக்கட்டுரையையும் எழுதித் தந்தார் ஹாவார்டு ஜோன்ஸ்.

டெபோராவின் தொலைபேசி எண்ணை ஒரு நண்பர் மூலம் பெற்று, ஹென்ரிட்டா கௌரவிக்கப்படப்போகின்ற விஷயத்தையும், அக்டோபர் 11 ஹென்ரிட்டா தினமாக அறிவிக்கப்படவிருப்பதையும் அவரிடம் தெரிவித்தார். பரவசப்பட்டுப் போனார் டெபோரா. பாட்டில்லா ஏற்பாடு செய்திருந்த சொகுசுக் காரில் பி.பி.சி. அணியினர் பின்தொடர அணிவகுத்த்து லேக்ஸ் குடும்பம். ஜக்காரியா தான் தங்கவைக்கப்பட்ட அறையில் இருந்துகொண்டு குடித்தே தீர்த்தான். நிகழ்ச்சியில் தான் ஜோசப் லேக்ஸ் என்று அறிமுகப்படுத்தப்பட்டதற்கும், தனது தாயார் ஹீலா செல்களை "தானமாக வழங்கினார்" என அறிவிக்கப்பட்டதற்கும் கடுமையாக எதிர்ப்பு காட்டினான் ஜக்காரியா. இதையெல்லாம் புறந்தள்ளிவிடுமிளவிற்கு ஹென்ரிட்டா பற்றி ஒரு அற்புதமான உரையை அவையோர் முன்னால் டெபோரா நிகழ்த்தினார்.

பின்னர் பி.பி.சி. குழுமம் ஹென்ரிட்டா வசித்த டர்னர் ஸ்டேசனை நோக்கி படையெடுத்தது. அங்கு வாழ்ந்தவர்கள் யாரேனும் ஹென்ரிட்டா பற்றிய செய்திகளை வைத்திருந்தால் தங்களிடம் வழங்குமாறும் கோரிக்கை விடுத்தது. அந்தப் பகுதியில் கார்ட்னி ஸ்பீடு என்பவரும் வசித்து வந்தார். அவர் அந்த பகுதியில் உள்ள பிற பெண்களோடு இணைந்து Turner Station Heritage Committee என்ற ஒன்றை ஆரம்பித்திருந்தார். இவர்கள் டர்னர் ஸ்டேசனில் பிறந்து, வாழ்ந்து புகழ்பெற்ற கருப்பின மக்கள் மீது உலக கவனத்தை ஈர்க்கும் பொருட்டு பல்வேறு நிகழ்ச்சிகளை ஏற்பாடு செய்தும் வந்தனர். ஸ்பீடு முதன் முதலில் ஹென்ரிட்டா பற்றிக் கேள்விபட்டார்.

ஹென்ரிட்டா மற்றும் ஹீலா செல்கள் பற்றிக் கேள்விபட்ட ஸ்பீடு உடனே அமெரிக்க காங்கிரஸுக்கும், அப்பகுதி மேயருக்கும் ஹென்ரிட்டாவிற்கு அங்கீகாரம் வேண்டி கடிதம் எழுதினார். இந்த விஷயத்தைக் கேள்விப்பட்ட அப்பகுதி பொதுமக்கள் திரண்டு வந்து டெபோராவை வாழ்த்திவிட்டும், அவரது தாயாரது செல் பலரது புற்றுநோயை குணப்படுத்தியிருக்கிறது என்றும் பாராட்டி விட்டுச் சென்றனர். டெபோராவிடம் குளோனிங் பற்றி ஷாரர்

என்கிற ஆராய்ச்சியாளர் பேசிய போது, தன்னுடைய தாயாரின் செல்லை எடுத்து தனது கருமுட்டையோடு சேர்த்தால் தனது தாயார் மீண்டும் வருவாரா என அப்பாவித்தனமாய் கேட்டார் டெபோரா!

தானும், ஸ்பீடும் ஹென்ரிட்டாவிற்கு கௌரவம் சேர்க்கும் பொருட்டு ஆப்பிரிக்க - அமெரிக்க சுகாதார அருங்காட்சியகம் (African-American Health Museum) ஒன்றை ஆரம்பிக்கக் கருதுவதாக ஷாரர், மோர்கன் ஸ்டேட் யுனிவர்சிட்டி[1] (Morgan State University)யைச் சேர்ந்த சமூகவியலாளர் பார்பராவிற்கு கடிதம் எழுதினார். விரைவில் இவர்கள் ஸ்பீடு அவர்களை தலைவராகக் கொண்டு Henrietta Lacks Health History Foundation என்ற அமைப்பை ஏற்படுத்தினர். அப்பகுதிப் பெண்கள் சிலர் ஹென்ரிட்டாவின் சிகை அலங்காரத்தைப் போலவே தங்களது சிகையையும் வெட்டிக்கொண்டனர். சிலர் ஹென்ரிட்டா சின்ன வயதில் அணிந்திருந்த ஆடைகளைப் போன்ற ஆடைகளை அணிந்து கொண்டனர். தனது சொந்த பணத்தைக் கொண்டே ஹென்ரிட்டா லேக்ஸ் டி.சட்டைகளை உருவாக்கினார் ஸ்பீடு. யாரோ ஒருவர் ஹென்ரிட்டா லேக்ஸ் பேனாக்களைத் தயாரித்தார்! ஹென்ரிட்டா லேக்ஸ் அறக்கட்டளையை ஆரம்பித்து அதற்கு நிதி திரட்ட வரிவிலக்கு கோரும் அடையாள எண்ணையும் பெற்றுவிட்டனர் ஸ்பீடு மற்றும் பார்பரா. அவர்களது முதல் குறிக்கோள் ஹென்ரிட்டாவின் முழு வடிவ மெழுகு சிலையை நிர்மாணிப்பதுதான்.

இந்த அறக்கட்டளையில் ஒரு காரியஸ்தராகவோ அல்லது உறுப்பினராகவோ டெபோரா சேர்க்கப்படவில்லை. ஸ்பீடு கூப்பிடுமிடங்களிலெல்லாம் வந்து டெபோரா தனது தாயாரைப் பற்றிப் பேசவேண்டும்! ஸ்பீடு மற்றும் பார்பரா ஆகிய இருவரும் சேர்ந்து தனது தாயார் பெயரில் ஒரு அறக்கட்டளை ஆரம்பித்து அதற்கான வரிவிலக்கு கோரும் அடையாள எண்ணையும் பெற்றுவிட்டனர் என்று தெரிந்ததுமே டெபோரா கடுங்கோபத்திற்குள்ளானார். தனது தாயார் குறித்தான தகவல் திரட்டும் பொருட்டுதான் இந்த அறக்கட்டளை யோசனைக்கு அவர் ஏற்கனவே இசைவு தெரிவித்திருந்தார். யாரேனும் ஹென்ரிட்டாவின் பெயரில் பணம் திரட்டுகிறார்கள் என்றால் அது அவரது குழந்தைகளாகத்தான் இருக்க முடியும் அதுவும் அவர்களது மருத்துவச் செலவுக்காகத்தான் என்று பொரிந்து தள்ளினார் டெபோரா. ஹென்ரிட்டா குடும்பத்தினர் ஒவ்வொரு

வரும் ஏதேனும் நோயினால் பாதிக்கப்பட்டு தங்களது சம்பாத்தியத்தில் கணிசமான தொகையை மருத்துவத்திற்காக செலவழித்து சிரமப்பட்டுக்கொண்டிருந்தது குறிப்பிடத்தக்கது.

இதற்கிடையில் ஹென்ரிட்டா பெயரிலான அருங்காட்சியத்திற்கு கொடையளித்திடுமாறு ஸ்பீடு மற்றும் பார்பரா ஒன்றன்பின் ஒன்றாக பலருக்கு எழுதிய கடிதம் வீண்போகவில்லை. மேரிலேண்ட் (Maryland) மாகாண சபை ஹென்ரிட்டாவிற்கு அங்கீகாரம் வழங்கி கடிதம் அனுப்பியிருந்தது. ஜூன் 4, 1997இல் அமெரிக்க பிரதிநிதிகள் சபை முன்பாக இராபர்ட் ஏர்லிச் ஜூனியர் (Robert Ehrlich Jr.) என்கிற பிரதிநிதி ஹென்ரிட்டா லேக்ஸிற்கு அஞ்சலி செலுத்த வேண்டும் என வலியுறுத்திப் பேசினார். ஏற்கனவே ஸ்பீடு மற்றும் பார்பரா ஆகியோர் ஜான் ஹாப்கின்ஸ் மருத்துவமனையின் அப்போதைய டீன் திரு.வில்லியம் பிராடி என்பவருக்கும் கடிதம் எழுதியிருந்தனர். அவரும் ஹென்ரிட்டாவின் ஈடற்ற பங்களிப்பினை அங்கீகரித்து பதிலனுப்பியிருந்தார். விரைவில் தனது மருத்துவமனை சகாக்களோடு கலந்தாலோசித்து என்ன மாதிரியான கௌரவத்தை ஹென்ரிட்டாவிற்கு வழங்கமுடியும் என்பதை சொல்வதாகவும் எழுதியிருந்தார். இவர்களில் எவரும் வெளிப்படையாக இவ்வளவு தொகையை தாங்கள் அளிக்கவிருப்பதாக எதுவும் அறிவிக்கவில்லை என்பது குறிப்பிடத்தக்கது!

குறிப்புகள்

1. மோர்கன் ஸ்டேட் யுனிவர்சிட்டி (Morgan State University)- பால்டிமோரில் அமைந்துள்ள கருப்பினத்தவர்களுக்கான பல்கலைக்கழகம்

எங்கெங்கு காணினும்

அன்று டெபோராவின் வாழ்க்கையில் மறக்கமுடியாத நாள். தனது தாயார் இறந்து அரை நூற்றாண்டுகள் கழித்து அவரது செல்களை முதன் முதலாகப் பார்க்கப்போகிறார். பரவசம் தொற்றிக்கொண்டது. கிறிஸ்டோப் லெங்கார் (Christoph Lengauer) என்கிற புற்றுநோய் ஆராய்ச்சியாளர் ஜான் ஹாப்கின்ஸ் மருத்துவமனையில் அமைந்துள்ள ஆய்வகத்திற்கு டெபோரா குடும்பத்தினரை அழைத்துச் செல்வதாக ஏற்கனவே வாக்குறுதி யளித்திருந்தார். டேவிட்டுக்கு வயது 80 ஆகிவிட்டது. விருப்பப் பட்டாலும் உடல்நிலை அனுமதிக்காததால் அவரால் வரமுடிய வில்லை. டெபோரா தனது சகோதரன் ஜக்காரியா உடன் ஜான் ஹாப்கின்ஸ் மருத்துவமனைக்குச் சென்றார். உடன் ரெபேக்கா ஸ்க்லூட்டும்.

அன்று மே 11, 2001. குளிரூட்டப்பட்ட பெரிய அறைக்குள் டெபோரா, ஜக்காரியாவை அழைத்துச் சென்றார் கிறிஸ்டோப். ஒரு வகையான பதற்ற மனநிலை. டெபோராவிடமிருந்து வெளியான வெம்மை மூச்சுக்காற்று குளிர்காற்றை ஊடறுத்துச் சென்றது. தனது தாயாரை நேரில் சந்திப்பது போன்றதான உணர்வு. ஹென்ரிட்டாவின் சின்ன வயது புகைப்படம் அறைமுழுதும் வியாபித்திருந்தது போன்ற ஒரு உணர்வு.

முரட்டு ஜக்காரியா சாதுவாக நின்றுகொண்டிருந்தான். நாம் இப்பொழுது நுண்ணோக்கியில் ஹென்ரிட்டாவின் செல்களைப் பார்க்கப்போகிறோம் என்று கிறிஸ்டோப் சொன்னதும் அவர்களுக்கு ஆர்வம் தொற்றிக்கொண்டது.

ஒரு அறையில் 3 செ.மீ. அளவிலான குப்பிகள் ஆயிரக் கணக்கில் வரிசையாக குளிர்சாதனப் பெட்டியில் அடுக்கி வைக்கப்பட்டிருந்தன. அவைகள் எல்லாம் ஒரு வகையான சிவப்பு திரவத்தினால் நிரப்பப்பட்டிருந்தன. எல்லாக் குப்பிகளிலும் ஹீலா என எழுதப்பட்டிருந்தது. "மில்லியன் என்ன பில்லியன் கணக்கில் கூட நூறு ஆண்டுகள் அல்லது ஆயிரம் ஆண்டுகள் இச்செல்களை உங்களால் பாதுகாத்து வைக்கமுடியும். நீங்கள் செய்ய வேண்டியது அவைகளை குளிரூட்ட வேண்டியதுதான்" என்று சொல்லி அறையில் நிலவிய மௌனத்தைக் கலைத்தார் கிறிஸ்டோப்.

ஒரு குளிர்சாதனப் பெட்டியைத் திறந்து அதிலிருந்து ஒரு குப்பியை எடுத்து இதுதான் ஹீலா செல் என்று கூறி டெபோராவிடம் கொடுத்தார் கிறிஸ்டோப். அதை பயபக்தியோடு டெபோரா பெற்றுக்கொண்டார். கைகள் நடுங்கின. குப்பியின் சில்லிப்பு உள்ளங்கை நரம்புகளில் இறங்கியது. தனது உள்ளங்கைகளுக்கிடையே வைத்து அந்தக் குப்பியை சூடுபடுத்தி தன்னையும் ஆசுவாசப்படுத்திக்கொண்டார் டெபோரா. "நீ குளிர்ச்சியாய் இருக்கிறாய் அம்மா" என்று தனது தாயாரோடு பேசிக்கொண்டார். ஜக்காரியா மற்றும் கிறிஸ்டோப் அவ்விடத்தை விட்டு அகன்றதும் அந்தக் குப்பியை உயர்த்திப் பிடித்து முத்தமிட்டு "அம்மா நீ புகழ்பெற்ற ஆளாக இருக்கிறாய். ஆனால் யாருக்கும் அது தெரியவில்லை" என தழுதழுத்தார்.

குப்பிகளில் அடைக்கப்பட்ட செல்களை வெற்றுக்கண்களால் பார்க்கமுடியவில்லை. அவர்களை நுண்ணோக்கி நோக்கி அழைத்துச் சென்றார் கிறிஸ்டோப். நுண்ணோக்கியை அவர்கள் பார்க்கும் வண்ணம் தயார் செய்து கண்ணாடித் தகட்டில் (Class Slide) வைக்கப்பட்டிருந்த செல்களை நுண்ணோக்கியின் குவிமையத்தில் வைத்து நுண்ணோக்கியின் பரிமாணத்தை கூட்டிக் குறைத்து செல்களை தெளிவாக தெரியச் செய்தார் அவர். டெபோரா அவைகளைப் பார்த்ததும் உணர்ச்சிவசப்பட்டு சத்தம் போட்டுவிட்டார். தற்பொழுது கிறிஸ்டோப் ஒரு காகிதத்தைக் கையில் எடுத்து ஹீலா செல்களைப் படமாக வரைந்து

அடிப்படை உயிரியல் பற்றி ஒரு அரை மணி நேரம் அவர்களுக்கு விளக்கினார்.

"டி.என்.ஏ மற்றும் செல்கள் என்றால் என்னவென்றே எனக்குத் தெரியவில்லை" என்றார் டெபோரா. "ஒவ்வொரு செல்லின் உள்ளே இருக்கிற உட்கருவில் உள்ளதுதான் டி.என்.ஏ. ஒவ்வொரு மனிதனின் உடகருவிலும் 46 டி.என்.ஏ. க்கள் உள்ளன. இதோ பாருங்கள்" என்று நுண்ணோக்கியைக் காட்டி பார்க்கச் சொன்னார் கிறிஸ்டோப். ஸ்க்லூட்டிற்குப் பிறகு ஹீலா செல்கள் பற்றி டெபோரா குடும்பத்திற்கு விளக்கமளித்த முதல் புற்றுநோய் ஆராய்ச்சியாளர் கிறிஸ்டோப் தான். அவரது விளக்கத்தில் ஒரு உண்மை இருந்தது. துரோகமிழைக்கப்பட்ட ஒரு இனத்திற்கு தான் செய்கிற ஒரு பிரதியுபகாரம் என்கிற உணர்வு அவரிடமிருந்தது. அவர்கள் வஞ்சிக்கப்பட்டிருக்கிறார்கள் என்பதை திறந்த மனதோடு ஒத்துக்கொண்டவரும் இவர்தான்.

"இந்த டி.என்.ஏ.க்கள் கதிர்வீச்சு அல்லது வேதிப்பொருள்களின் தாக்கத்தால் பாதிப்புக்குள்ளாகி புற்றுநோயாக மாறுகின்றன. ஆனால் ஹென்ரிட்டாவைப் பொருத்தவரை HPV வைரஸ்தான் புற்றுநோய்க்கு காரணம். இந்த வைரஸைப் பொருத்தவரை இது அடுத்தடுத்த சந்ததிகளுக்குப் பரவாது. அவைகள் ஒருவரை தொற்றிக்கொள்கின்றன, அவ்வளவுதான்" என விளக்கினார் கிறிஸ்டோப். பல்லாண்டுகளாக டெபோராவை அலைக்கழித்துக்கொண்டிருந்த கேள்விக்குப் பதில் கிடைத்துவிட்டது. தனது தாயாரைப் பாதித்த புற்றுநோய் தனது குடும்பத்தாரைப் பாதிக்காது என்பதுதான் அந்த பதில். இதுவரை இந்த பதிலை டெபோராவிற்கு யாரும் கொடுக்கவில்லை.

இன்னொரு முக்கியமான விஷயத்தையும் கிறிஸ்டோப் சொன்னார். அதாவது, தற்பொழுது பாதுகாக்கப்பட்டு வருகிற ஹீலா செல்கள் அனைத்தும் புற்றுநோயால் பாதிக்கப்பட்ட செல்கள்தான். ஹென்ரிட்டாவின் சாதாரண செல்கள் ஆய் வகத்தில் பாதுகாக்கப்படவில்லை. பின்னர் ஹீலா செல்கள் எவ்வாறு பகுப்படைகின்றன என்பதையும் நுண்ணோக்கியில் காட்டினார். "எனது தாயாரது செல்களை நான் ஒருபோதும் நுண்ணோக்கியில் பார்ப்பேன் என்று நான் நினைத்துப் பார்த்ததில்லை. எனவே இந்நாள் என் வாழ்வில் மறக்கமுடியாத நாள்" என்றார் டெபோரா.

ஹீலா செல்களை ஆர்டர் செய்து வாங்குவதற்கான நிறுவனங்களின் பட்டியலை அவர்களுக்குக் காட்டினார் கிறிஸ்டோப். ஒரு குப்பியின் விலை 167 அமெரிக்க டாலர் என்று போடப்பட்டிருந்தது. ஹீலா செல்களைக் கொண்டு யார் யாரோ சம்பாதிக்கையில் தங்களுக்கு அதில் எந்தப் பங்குமில்லை என்று டெபோரா சொன்னதை முற்றிலும் அங்கீகரித்தார் கிறிஸ்டோப். ஒருவரது நிலத்திலிருந்து ஏதேனுமொரு வளம் கண்டறியப்பட்டால் அதில் ஒரு பகுதி நிலத்தின் சொந்தக்காரருக்குப் போய்ச் சேரும் என்கிற சாதாரண விஷயம் கூட ஹீலா செல்கள் விஷயத்தில் பின்பற்றப்படவில்லை என தனது ஆதங்கத்தை பதிவு செய்தார் கிறிஸ்டோப். அநேகமாக இப்படிச் சொன்ன முதல் வெள்ளையின மனிதரும் இவர்தான்.

ஏற்கனவே தனது தாயாரின் செல்கள் ஒரு வியாபாரப் பொருளாக மாற்றப்பட்டு அவ்வியாபாரத்தில் ஈடுபட்ட நிறுவனங்களின் பங்குகளெல்லாம் பங்குச் சந்தையில் உச்சத்தில் இருந்தது மற்றும் இச்செல்கள் தொடர்பான பண பரிவர்த்தனைகளெல்லாம் மில்லியன் மற்றும் பில்லியன் கணக்கில் இருந்தது ஆகியவற்றைக் கவனித்த டெபோரா அதன் மூலம் ஏதேனும் தனது குடும்பத்திற்கு உதவி கிடைக்காதா என எதிர்பார்த்தார். ஒட்டு மொத்தக் குடும்பமும் கஷ்டத்தில் வாழ்ந்துகொண்டிருந்தார்கள். எனவே டெபோராவின் எதிர்பார்ப்பில் எவ்வித பேராசை எண்ண முமில்லை.

தனது குடும்பம் பற்றிய வரலாறு தவறாக ஊடகங்களால் சித்தரிக்கப்படுவதாகவும் குற்றஞ்சாட்டினார் டெபோரா. தனது தாயாரின் பெயரை ஹெலன் லேன் என பத்திரிக்கைகள் எழுதியது, ஹென்ரிட்டா நான்கு குழந்தைகளுக்குத் தாய் என எழுதியது இவைகளை டெபோரா விமர்சித்தார். ஹென்ரிட்டாவிற்கு ஐந்து குழந்தைகள் என்றும் அதில் எல்சி என்கிற குழந்தை இறந்து விட்டதாகவும் கூறினார் டெபோரா.

தனது தாயார் தொடர்பான கட்டுரைகள், புத்தகங்கள், வீடியோ கேசட்டுகள் என பலவற்றை சேகரித்து வைத்திருந்தார் டெபோரா. அவைகளை வைத்துக்கொண்டு தன்னைச் சந்திக்க வந்த ரெபேக்கா ஸ்க்லூட்டிடம் பல கேள்விகளைக் கேட்டு குடைந்தெடுத்தார். தனது தாயாரைப் போலவே ஒருவரை உருவாக்கி அவர் இந்த ஊரின் ஏதோ ஒரு பகுதியில் அலைந்துகொண்டிருக்கப்போகிறார் என்று கூறினார் அவர். ஏன் என்று கேட்டதற்கு குளோனிங் பற்றி

பேசினார் டெபோரா. தன்னுடைய வாதத்திற்கு ஆதாரமாக சில ஹாலிவுட் படங்களைப் போட்டுக்காண்பித்தார். புனைவு வேறு எதார்த்தம் வேறு என அவரது மூளைக்குப் புரிய வைப்பது சற்று கஷ்டமான காரியமாகத்தான் இருந்தது. அழிந்துபோன டைனோசர் இனத்தை ஜுராசிக் பார்க் படத்தில் கொண்டு வரவில்லையா அதே போல ஏன் தனது தாயாரையும் மீண்டும் உருவாக்க முடியாது எனவும் வினவினார் டெபோரா. அவ்வாறு உருவாக்கினால் ஹென்ரிட்டாவைப் போன்று பலரை உருவாக்கி ஹென்ரிட்டா கிராமங்களை நிர்மாணிக்கலாம் எனக் கூறினார் டெபோரா!

ஜக்காரியா

தனது தாயாரது செல்கள் "திருடப்பட்டது" குறித்து ஜோசப் லேக்ஸ் (பின்னர் இஸ்லாமிற்கு மாறிய ஜக்காரியாவின்) பார்வை சற்று சூடானதாக இருக்கிறது. இழந்தவர்களின் குரலில்தான் எதார்த்தமான வாக்கியங்கள் எவ்வித ஜோடனையுமின்றி வெளி வரும். அவரது வார்த்தைகளில் எந்த மங்கலவாக்கியங்களும் இல்லை. நேரடியாகவே தாக்குதலைத் தொடுக்கிறார் ஜக்காரியா. "இந்த மருத்துவர்கள் கடந்த 25 வருடங்களாக எங்களிடம் பொய் சொல்லி வந்திருக்கிறார்கள். என்னுடைய தாயார் ஆராய்ச்சிக்காக தனது செல்களைக் கொடையாக வழங்கியுள்ளார் என்றும் அவர்கள் பொய் சொல்லியுள்ளனர். உண்மையில் அவர்கள் அந்த செல்களை திருடியுள்ளனர். வருடம் முழுவதும் வெறும் இலாபங்களை மட்டுமே சம்பாதித்த இந்த முட்டாள்கள் என்னிடமும் எனது குடும்பத்தாரிடமும் ஆராய்ச்சிக்காக இரத்தம் தேவைப்படுகிறது என்று கூறி இரத்தத்தை உறிஞ்சிக்கொண்டு போய்விட்டார்கள்; ஜார்ஜ் கிரேக்கு நரகம்தான் கிடைக்கும். ஒருவேளை அவன் உயிரோடு இருந்திருந்தால் கத்தியைக் கொண்டு அவனைக் கொன்றேயிருப்பேன்" என கொதித்தார் ஜக்காரியா.

ஜக்காரியாவைப் பேட்டி கண்ட ரெபேக்கா ஸ்க்லூட் "அவரது பெயர் ஜார்ஜ் கிரே அல்ல ஜார்ஜ் கே" என்று திருத்தியபோது

கடுப்பாகிப்போன ஜக்காரியா "பல வருடங்களாக அந்த ஆள் எனது தாயாரை ஹெலென் லேன் என்றுதானே அழைத்தான் அதனால் அவனை எப்படி அழைத்தாலும் பரவயில்லை" என சீறினார். "உங்களது குளியலறையில் நுழைந்து உங்களுக்குத் தெரியாமல் உங்களது அந்தரங்கங்களை அறிவது எவ்வளவு அயோக்கியத்தனமானது. அதைப்போல்தான் எனது தாயாரின் அனுமதியின்றி அவரது செல்களைத் திருடியது".

"எங்களது குடும்பம் வறுமையில் பிச்சையெடுத்துக்கொண்டி ருக்கிறது. மருத்துவ செலவிற்குப் பணம் இல்லாமல் திண்டாடிக் கொண்டிருக்கிறோம்; ஆனால் இங்கு எனது தாயார் செல்களைக் கொண்டு பில்லியன் கணக்கில் சம்பாதித்துக்கொண்டிருக்கிறார்கள். எங்களுக்கென்று அதில் ஒன்றுமில்லை; எனது தாயார் செல்கள் மீதான ஆராய்ச்சி பலருக்கு முனைவர் பட்டத்தையும் சிலருக்கு நோபல் பரிசினையும் பெற்றுத்தந்துள்ளது" என்று பொரிந்து தள்ளினார் ஜக்காரியா. வெள்ளை ஆதிக்க மனம் கருப்பின மக் களை சோதனை எலிகளாக பயன்படுத்திய வரலாற்றை சித்தரிக்க ஜக்காரியா போன்று எதார்த்தமான மொழிகளில் பேசினால் தான் வேதனையின், துரோக வரலாற்றின் உக்கிரம் புரியுமென்றே தோன்றுகிறது.

டெபோரா-கற்றலியலாளர்

ஹென்ரிட்டா குறித்தான வரலாறு ரெபேக்கா ஸ்க்லூட் வாயிலாக ஒரு புத்தகமாக வருவதில் சில சிக்கல்கள் ஏற்பட்டன. ஒரு முறை டெபோராவும் ரெபேக்காவும் அடிக்கடி சந்தித்து ஹென்ரிட்டா தொடர்பான விஷயங்களைப் பரிமாறிக்கொண்டதை யாரோ ஒருவர் கண்காணித்து வந்திருக்கிறார். அந்த நபர் பின்னர் டெபோராவைத் தொடர்பு கொண்டு வெள்ளையின மக்களிடம் உனது தாயார் பற்றிப் பேச வேண்டாம், அவர்களது நோக்கம் வேறு என்று பீதியைக் கிளப்பிவிட்டார். அதிலிருந்து டெபோரா ஸ்க்லூட்டிடம் பேசுவதை நிறுத்திக்கொண்டார். பின்னர் ரெபேக்கா ஸ்க்லூட் தனது ஆய்வின் நோக்கத்தை டெபோராவிடம் பேசி புரியச் செய்தார். பின்னர்தான் சமாதானமடைந்தார் டெபோரா. ஒருமுறை ஹென்ரிட்டா தொடர்பாக தன்னிடமுள்ள மருத்துவக் குறிப்புகளை ஸ்க்லூட் வசம் தருவதாக உறுதியளித்தார். ஏற்கனவே ஹாப்கின்ஸ் மருத்துவமனையிடமிருந்து இரத்த சொந்தம் என்கிற அடிப்படையில் தனது தாயார் தொடர்பான மருத்துவப் பதிவேடுகளை பெற்று வைத்திருந்தார் டெபோரா.

ஒரு முறை ஒரு புத்தகப் பதிப்பாளர் டெபோராவைத் தொடர்பு கொண்டு ஹென்ரிட்டாவின் படத்தை அவர்களது புத்தகத்தில் போட்டுக்கொள்ள 300 டாலர் கொடுக்கத் தயாராக இருப்பதாக

தெரிவித்தார். ஆனால் டெபோரா 25000 டாலர்கள் வேண்டும் எனக் கேட்க அவர்கள் மறுத்துவிட்டார்கள். தற்பொழுது ரெபேக்கா எழுதிக்கொண்டிருக்கும் புத்தகத்திற்கு யார் பண உதவி செய்கிறார்கள் அதில் தனக்கு எவ்வளவு தரப்போகிறீர்கள் என்று டெபோரா ரெபேக்காவிடம் அப்பாவித்தனமாகக் கேட்டுள்ளார். ஹென்ரிட்டா குறித்தான புத்தகத்திலிருந்து பெறப்படும் பணமானது முற்றிலும் ஹென்ரிட்டா வம்சாவளியினரின் கல்விச் செலவிற்காக பயன்படுத்தப்படும் என்று ரெபேக்கா கூறியதும் கண்ணீர் மல்க "அந்தக் கல்வி இல்லாததால்தான் இன்றளவும் நான் என் தாயார் பற்றிய எந்த விஷயத்தையும் புரிந்துகொள்ள முடியாமல் இருக்கிறேன்" என்று கூறி அந்த எண்ணத்தை ஊக்குவித்தார் டெபோரா.

அதன் பிறகு ரெபேக்கா ஹென்ரிட்டா தொடர்பான அனைத்துத் தகவல்களையும் சந்தர்ப்பம் கிடைக்கும்போதெல்லாம் அனுப்பிக்கொண்டிருந்தார். அதில் ஹென்ரிட்டா குறித்தான பாடல்கள், கதை, கவிதைகள் புனைவு மற்றும் அபுனைவுகள், வீடியோ கேசட்டுகள், புகைப்படங்கள் ஆகியவை உள்ளடங்கும். அதில் எது உண்மை எது புனைவு என்பது உள்ளிட்ட அனைத்து விஷயங்களையும் மிகத் தெளிவாக குறிப்புகளாக அனுப்புவார் ரெபேக்கா. ஒரு கட்டத்தில் டெபோராவிடமிருந்த பழைய கணிப்பொறியில் இணைய வசதி ஏற்படுத்திக்கொடுத்து எவ்வாறு இணையத்தில் உலாவுவது என்பதையும் கற்றுக்கொடுத்தார். கூகுளில் எவ்வாறு தேடுவது என்பதையும் கற்றுக்கொடுத்தார்.

தற்பொழுது டெபோரா பரபரப்பான மனிதராக மாறிப் போனார். கூகுளில் தனது தாயாரோடு சம்பந்தமில்லை என்றாலும் ஹென்ரிட்டா என்றோ அல்லது லேக்ஸ் என்றோ எதாவது தட்டுப்பட்டால் போதும் அவைகளைப் படித்து தீர்த்துவிட்டுதான் அடுத்த வேலை. உதாரணத்திற்கு டேனிஷ் படகின் பெயர் ஹீலா. அதில் அமர்ந்துகொண்டு மகிழ்ச்சிக்காக வோட்கா குடிப்பார்கள்; ஹீலா என்பது ஜெர்மனியில் தற்பொழுது தனது இயக்கத்தை நிறுத்திவிட்ட ஒரு ட்ராக்டர் நிறுவனத்தின் பெயர். ஹீலா என்பது ஒரு காமிக் புத்தக கதாபாத்திரம்; ஹீலா என்பது 500 பவுண்டு எடைகொண்ட ஏழடி உயரம் பாதி வெள்ளை பாதி கறுப்பு நிறம் கொண்ட பெண் கடவுள்; இந்தக் கடவுளின் அசாத்திய சக்திகளுக்கு தனது தாயாரின் செல்கள்தான் காரணம் எனவும் நம்பினார் டெபோரா. மேற்கூறப்பட்டவைகளுக்கும் ஹென்ரிட்டா லேக்ஸுக்கும் சம்பந்தமில்லை. இருந்தாலும் தனது

தாயாரின் பெயரைத் தாங்கி வருகிறது என்ற காரணத்தினாலேயே அவைகளைத் தனது தாயாரோடு இணைத்துப் பார்ப்பதை வழக்கமாக கொண்டார் டெபோரா.

ஒரு முறை டெபோரா குளோனிங் பற்றி கூகுளில் பார்த்து விட்டு யாரேனும் தனது தாயாரை குளோனிங் செய்த்திருக்க மாட்டார்களா என்ற சந்தேகத்தை ரெபேக்கா ஸ்க்லூட்டிடம் நள்ளிரவில் எழுப்பினார்! ஒரு கட்டத்தில் இணையத் தேடலில் சற்று தேறிய டெபோரா, செல்கள் பற்றி, புற்றுநோய் பற்றி, மருத்துவ பதங்கள் பற்றி அறிந்துகொண்டு அவைகளை தனித்தனி ஃபோல்டர்களில் (Folder) சேமித்து வைத்து சந்தேகங்களை ஸ்க்லூட்டிடம் தெளிவுபடுத்திக்கொண்டார்.

National Foundation for Cancer Research[1] இன் தலைவர் பிராங்க்ளின் சாலிஸ்பரி ஜூனியர் ஹென்ரிட்டாவை கௌரவிக்கும் முகமாக ஒரு மாநாட்டிற்கு ஏற்பாடு செய்திருந்தார். அதில் டெபோரா உரையாற்ற வேண்டுமென்று வேண்டுகோள் விடுக்கப்பட்டது. 2001, செப்டம்பர் 13 இல் நடந்த அம்மாநாட்டில் 70 புகழ்பெற்ற புற்றுநோய் நிபுணர்கள் கலந்துகொண்டு ஆய்வுக்கட்டுரைகளை சமர்ப்பித்தனர். உண்மையில் டெபோரா புளகாங்கிதமடைந்தார். தான் செய்து வரும் ஆய்வுகளை நேரில் பார்வையிட அந்த அரங்கிலேயே டெபோராவிற்கு அழைப்பு விடுத்தார் பிராங்க்ளின்.

குறிப்புகள்

1. National Foundation for Cancer Research - புற்றுநோய் ஆராய்ச்சிக்கு ஆதரவளிக்கும் விதமாக 1973இல் அமெரிக்காவில் மேரிலேண்ட் மாகாணத்தில் ஆரம்பிக்கப்பட்ட அமைப்பு.

கருப்பின பைத்தியங்களுக்கான மருத்துவமனை

ரெபேக்கா ஸ்க்லூட்டும் டெபோராவும் இணைந்து எல்சி இறந்தது தொடர்பான பதிவேடுகளைத் தேடும் வேட்டையில் இறங்கினார்கள். எல்சி டெபோராவின் சகோதரி. ஐந்து வயதாகும் போதே நோய்வாய்ப்பட்டு இறந்துவிட்டாள். அவளது இறப்பிற்கான காரணத்தை அறிய முற்பட்டனர் இருவரும். ஏனென்றால், எல்சியின் இறப்பிற்கும் ஹென்ரிட்டா லேக்ஸ் இறப்பிற்கும் ஏதேனும் தொடர்பிருக்கும் என சந்தேகப்பட்டனர். கிரவுன்ஸ்வில்லே[1] (Crownville) என்ற இடத்தில்தான் மனநிலை பாதிக்கப்பட்டவர்களுக்கான மருத்துவமனை அமைந்திருந்தது. கருப்பினத்தவர்களுக்கான அது மருத்துவமனை. அது ஆங்கிலத்தில் The Hospital for Negro Insane என அழைக்கப்பட்டது. தற்பொழுது *1200* ஏக்கர் நிலப்பரப்பில் அமைந்திருந்தாலும், *50* ஆண்டுகளுக்கு முந்தைய மருத்துவப் பதிவேடுகளை பாதுகாப்பதில் அந்த அளவிற்கு முக்கியத்துவம் காட்டவில்லை அந்த மருத்துவமனை. அந்த மருத்துவமனையில் எல்சி இறந்தது தொடர்பான பதிவேடுகள் இருக்கும் என எதிர்பார்த்து வந்து ஏமாற்றமடைந்தனர் ஸ்க்லூட் மற்றும் டெபோரா.

இருவரும் மனந்தளரவில்லை. மருத்துவமனையில் பணியாற்றும் பணியாளர்களிடம் விசாரித்து பதிவறையைக் கண்டடைந்தனர்.

பதிவறையில் "பதிவறை" என்ற பெயர்ப்பலகை மட்டும்தான் இருந்தது. அதில் பதிவேடுகள் எதுவுமில்லை. நம்பிக்கையற்று நின்றவர்களை ஒரு பெண் அந்தப் பதிவறைக்கும் அருகில் உள்ள அறையைக் காட்டி திரு.பால் லர்ஸ் (Paul Lurz) என்பவரைச் சந்திக்கும்படி கூறினார். திரு பால் லர்ஸ் அந்த மருத்துவமனையின் தற்போதைய இயக்குனர்களில் ஒருவர். ஒரு சமூக சேவகரும் கூட. வரலாற்றியலில் ஆர்வமுடையவர்.

தனது சகோதரி எல்சி இந்த மருத்துவமனையில் அனுமதிக் கப்பட்டு 1955இல் இறந்துவிட்டாள் எனவும் அவர் இறந்த காரணத்தை அறியும் பொருட்டு அவளது இறப்பு சார்ந்த பதிவேடுகள் தங்களுக்கு வேண்டுமென்று இருவரும் கூறினர். இரு வரையும் உட்காரச்செய்த பால் லர்ஸ் இந்த மருத்துவமனையில் பதிவேடுகளைப் பராமரிப்பதற்கு உரிய நிதியுதவி அளிக்கப் படுவதில்லை; எனவே அனைத்துப் பதிவேடுகளும் சிதிலமடைந் துள்ளதாகக் கூறினார். ஏற்கனவே டெபோரா தன்னுடன் கொண்டு வந்திருந்த எல்சி இறப்புச் சான்றில் அவள் சுவாசக்கோளாறு, வலிப்பு, மூளை நோவு போன்றவைகளால் பாதிக்கப்பட்டு இறந்துவிட்டதாக கூறப்பட்டிருந்தது. அந்த மருத்துவமனையில் அனுமதிக்கப்பட்டு ஐந்து வருடங்கள் சிகிச்சை எடுத்து பின்னர் சிகிச்சை பலனின்றிதான் இறந்ததாக டெபோரா கூறினார். சொல்லப்போனால் அந்த மருத்துவமனை தனது சகோதரியைக் கொன்றுவிட்டதாகவே நினைத்தார்.

லர்ஸ் அந்த மருத்துவமனையில் 1964லில் இருந்தே பணி யாற்றியுள்ளார். வரலாற்று ரீதியில் முக்கியத்துவம் கொண்ட கோப்புகளை அவர் எப்பொழுதும் ஒரு படியெடுத்து (Copy) வைக்கும் பழக்கம் கொண்டவர். எல்சி தொடர்பான விஷயங் களையும் தான் படியெடுத்து வைத்திருக்கலாம் என்ற நம்பிக்கை யில் தனது நீண்ட அலமாரியிலிருந்து ஒரு கனத்த புத்தகத்தை எடுத்து வந்து அவர்கள் இருவர் முன் விரித்தார். அப்புத்தகத்தில் இறந்தவர்களின் பிரேதப்பரிசோதனை குறிப்புகள் இருந்தன. முதல் பக்கத்தில் அகரவரிசைப்படி எல்சி லேக்ஸ் பெயர் இருப்பதைக் கண்டுபிடித்து தொடர்புடைய பக்கத்தைத் திருப்பினார் லர்ஸ். அப்பக்கத்தின் ஒரு மூலையில் எல்சியின் ஐந்து வயதுப் புகைப்படம் ஒட்டப்பட்டிருந்தது. டெபோரா ஒரு நொடி ஸ்தம்பித்து நின்றார். அப்படியே அவரது மகளை உரித்து வைத்தது போன்று புகைப் படத்தில் எல்சி தோன்றினாள்.

எல்சியின் உடற்கூறாய்வு அறிக்கையில் அவள் மந்த புத்தி

(Idiocy) சிபிலிஸ் போன்றவைகளால் பாதிக்கப்பட்டிருந்ததாகவும் மற்றும் தொண்டைக்குள் கையை விட்டு தானே வாந்தியெடுத்துக் கொள்ளும் பழக்கம் கடைசி ஆறுமாதத்தில் இருந்ததாகவும் அதனால் காப்பி நிறத்தில் வாந்தியெடுத்துள்ளார் என்றும் அநேகமாக அது இரத்த வாந்தியாக இருந்திருக்க வாய்ப்புண்டு என்றும் அந்த அறிக்கையில் கூறப்பட்டிருந்தது. அந்த பிரேத அறிக்கையின் நகல் மற்றும் எல்சி தொடர்பான இன்னபிற ஆவணங்களின் நகல் தனக்கு வேண்டுமென்று முறைப்படி கடிதம் கொடுத்தார் டெபோரா. அந்த ஆவணங்களை நகல் எடுத்து வரும்படி ஒரு ஆளை அனுப்பிவைத்தார் லர்ஸ். அந்த இடைவெளியில் அங்கிருந்த பத்திரிக்கை ஒன்றை ஸ்க்லூட் படிக்க நேர்ந்தது. அது 1958இல் வெளிவந்த Washington Post பத்திரிக்கை. அதில் கொட்டை எழுத்துக்களில் “மக்கள் பெருக்கத்தால் தீர்க்கக் கூடிய நோய்களை கூட நாட்பட்ட நோய்களாக மாற்றும் மருத்துவ மனை” என்று அந்த மருத்துவமனை பற்றி அப்பத்திரிக்கை எழுதி யிருந்தது.

எல்சி இறந்த கிரவுன்ஸ்வில்லே மருத்துவமனை உண்மையில் ஒரு கொடூர மருத்துவமனையாகவே இருந்துள்ளது. எல்சி அந்த மருத்துவமனையில் இறந்த போது, வெறும் 800 நபர்களை மட்டும் அனுமதிக்கும் திறன் கொண்ட அந்த மருத்துவமனையில் 2700 நோயாளிகள் அடைத்துவைக்கப்பட்டிருந்தனர். 225 நோயாளி களுக்கு ஒரு மருத்துவர்; நோயாளிகள் அனுமதிக்கப்பட்ட விகிதத்தை விட இறப்பு விகிதமே அதிகம். நோயாளிகள் அனைவரும் கருப்பினத்தவர் என்பதால் உரிய கவனமோ நிதி ஒதுக்கீடோ செய்யப்படவில்லை என்பதுதான் உண்மை. கழிவறை என்பது இல்லை. மாறாக வாய்க்கால் ஒன்று அமைக்கப்பட்டிருக்கும். அதைத்தான் கழிவறையாக பயன்படுத்த வேண்டும். நோயாளிகள் குறைந்த காற்றோட்டமுள்ள குறு அறைகளில்தான் அடைத்து வைக்கப்பட்டிருப்பார்கள். அதனை செல் (Cell) எனலாம்! டிமென்சியாவிலிருந்து[2] (Dimentia) காசநோய் வரை, நரம்பு நோயிலிருந்து வலிப்பு நோய் வரை பாதிக்கப்பட்ட கருப்பின ஆண்கள், பெண்கள் மற்றும் குழந்தைகள் இந்த அறைகளில் திணிக்கப்பட்டிருப்பர். இடம் இல்லாதவர்கள் முற்றத்தில் படுத்துக்கொள்ள வேண்டும். ஒரு பாயை இரண்டு மூன்று பேர் பங்கிட்டுக்கொள்ள வேண்டும். நோயாளிகள் வயது பாலினம் போன்றவற்றின் அடிப்படையில் பிரித்துவைக்கப்படவில்லை. எல்லோரும் ஒரே இடத்தில் குவித்துவைக்கப்பட்டிருந்தனர். நோயாளிகள் என்ற போர்வையில் பாலியல் குற்றவாளிகளும்

நுழைந்துவிடுவதுமுண்டு. நோயாளிகளுக்கிடையே கலவரங்கள் ஏற்பட்டுள்ளன; ஆயுதங்களும் பயன்படுத்தப்பட்டுள்ளன!

எல்சி அந்த மருத்துவமனையில் சிகிச்சை பெற்று வந்தபொழுது, அங்குள்ள நோயாளிகளிடம் அவர்களது சம்மதமின்றி அவர்கள் மீது ஆராய்ச்சிகள் மேற்கொள்ளப்பட்டன. அதில் ஒன்று அங்கு "அடைக்கப்பட்டிருந்த" 100 வலிப்பு நோயாளிகளிடம் அந்த மருத்துவமனை மேற்கொண்ட நிமோஎன்செஃபலோகிராபிக் (Neumoenchephalography) மற்றும் மண்டை ஓட்டு (Skull) ஆய்வு களாகும். நிமோஎன்செஃபலோகிராபி என்பது திரவத்தில் மிதக்கின்ற மூளையை படமெடுக்கும் தொழில்நுட்பமாகும். இத்தொழில்நுட்பம் 1919இல் வளர்த்தெடுக்கப்பட்டது. மூளைக்கு பாதுகாப்பாக விளங்குகின்ற இந்த திரவத்தைத் தாண்டி எக்ஸ் கதிர்களால் மூளையைப் படமெடுக்கமுடிவதில்லை. மீறி படமெடுத்தாலும் எடுக்கப்பட்ட படம் தெளிவற்றதாகவே தெரியும். இதை தவிர்க்கவே மண்டையோட்டில் துளையிட்டு உள்ளே இருக்கிற திரவத்தை வடிகட்டிவிட்டு திரவம் இருந்த இடத்தில் காற்றையோ அல்லது ஹீலியத்தையோ நிரப்பி பின்னர் படமெடுக்கப்படும். அதன் பெயர்தான் என்செஃபலோகிராபி தொழில்நுட்பம். இதில் படம் மிகத் தெளிவாகத் தெரியும். ஆனால் பக்க விளைவுகள் கடுமையானதாக இருக்கும். மாதக்கணக்கிலான தலைவலி, தலைச்சுற்றல், வலிப்பு, வாந்தி என்று தொடர்ந்து பாடுபடுத்தும். இந்த அறிகுறிகள் நீங்க குறைந்தது மூன்று மாதங்கள் ஆகும். இந்த தொழில்நுட்பத்தைத்தான் அந்த அப்பாவி 100 நோயாளிகளிடம் அந்த மருத்துவமனை பயன்படுத்தியுள்ளது. அந்த அப்பாவி நோயாளியில் ஒருவர்தான் எல்சி. ஐந்து வயதுக் குழந்தையின் மண்டையோட்டில் ஓட்டை போட்டு மூளையினுள் காற்றை நிரப்பி படம் எடுத்து பின்னர் மூன்று மாதங்களுக்கு படு அவஸ்தைப்பட்டு தேறாமலேயே இரத்த வாந்தி எடுத்து மரித்துப்போனவள்தான் இந்த ஐந்து வயது பிஞ்சு எல்சி. இந்தத் தொழில்நுட்பம் மூளைக்கு ஆபத்தானது மற்றும் முடக்குவாதத்தை ஏற்படுத்தும் என்று கூறப்பட்டு 1970களில் கைவிடப்பட்டது குறிப்பிடத்தக்கது.

குறிப்புகள்

1. கிரவுன்ஸ்வில்லே (Crownsville) - மேரிலேண்ட் மாகாணத் தின் ஒரு நகரம்
2. டிமென்சியா (Dementia) - மூளை பாதிப்பு நோய்

எல்லாம் வல்ல இறைவா!

ஒடுக்கப்பட்ட மக்களுக்காக அல்லது அவர்களை ஆற்றுப் படுத்துவதற்காக சமூக எந்திரமானது எண்ணற்ற பழமொழிகள், சொலவடைகள், அறிவுரைகளை மானாவாரியாக உற்பத்தி செய்து தள்ளியிருக்கிறது. ஒவ்வொரு தனிமனிதனுக்கும் அல்லது சமூகத்திற்கும் பொருந்தும் வகையில் முன்னோர்களின் "அனுபவப் பகிர்வுகள்" ஏட்டில் எழுதி வைக்கப்பட்டிருக்கின்றன; அந்த "அனுபவப் பகிர்வு" என்பது பெரும்பாலும் வர்க்க நலன் சார்ந்தது என்பதால் ஒடுக்கப்பட்டவர்களை கீழே போட்டு மிதித்து விட்டுப் போகச்செய்கிற ஆனால் வார்த்தைகளில் மங்கல வழக்கைக் கொண்டு மிளிர்கிற ஒன்றாக இருக்கின்றது. சோகங்களை, ஏமாற்றங்களை, எதிர்பார்ப்புகளை ஏதேனும் ஒரு முன்னோர் சொல்லோடு பொருத்திப் பார்த்து எதிர்வினை ஏதுமின்றி அவரவர் தங்களது பிழைப்பைப் பார்த்துக்கொண்டு போக வேண்டும். அவரவர் தலையெழுத்து அவ்வளவுதான்; ஆண்டவன் எல்லோருக்கும் அளந்துதான் கொடுத்திருக்கிறான் என்பதான வியாக்கியானங்கள் அம்பானி, அதானிக்குச் சாதகமாக இருக்கவே திட்டமிட்டு உருவாக்கப்பட்டிருக்கின்றன.

எல்லா சமூகத்திலும் அம்பானிகள், அதானிகள் வாழ்ந்திருக் கின்றனர். அத்தகையவர்களின் கைப்பிடிக்குள் புலவப் பெருந்

தகையாக அன்றிருந்தவர்கள் முதல் இன்று "ஆளுமைத் திறன் மேம்பாடு" போதிக்கும் அறிவுஜீவிகள் வரை "வாய்ப்பு என்பது அனைவருக்கும் சரி சமமாக வழங்கப்பட்டுள்ளது; வழங்கப்பட்ட வாய்ப்பைப் பயன்படுத்தி முன்னேறத்தெரியாதவர்கள் இவ்வுலகில் இருக்கத் தகுதியற்றவர்கள்" என்பது போன்ற, கிரைண்டரின் உட்பக்க விளிம்புகள் உடைந்துபோகும் வரையிலான அரைத்த மாவையே அரைக்கும் கருத்துக்களை சமூகத்தில் நுரைதள்ள நிரப்பியிருக்கிறார்கள். ஆதரவற்றவர்களின், ஒடுக்கப்பட்டவர்களின், ஒடுக்கப்பட்ட வர்க்கங்களின் அபிலாசைகள் ஒரு கட்டத்தோடு நிறுத்திக்கொள்ளப்பட வேண்டும். அதாவது ஒரு கிலோ ஆட்டுக்கறி எடுத்து சாப்பிட ஒரு ஏழை ஆசைப்படக்கூடாது; வேண்டுமானால் வெறும் எலும்பு சூப் சாப்பிடலாம். இப்பிறவியில் அவன் ஆட்டுக்கறி சாப்பிடுவதற்கான தொகையானது மறு பிறவியில் அவனது கணக்கில் (Account) வரவு (Credit) வைக்கப்படும். இந்த வரவு வைக்கும் அற்பத்தனமான வங்கி குமாஸ்தா வேலையை ஒரு கடவுளும் அது சார்ந்த கருத்தியலும் செய்யும். எனவே அவன் ஆட்டுக்கறி சாப்பிடுவது குறித்து இப்பிறவியில் எதையும் கேட்கக்கூடாது. அது தெய்வ நிந்தனை! இது எல்லா மதங்களுக்கும் பொருந்தும்.

ஹென்ரிட்டா பிரதிநிதித்துவப்படுத்துகிற வர்க்கம் ஒடுக்கப்பட்ட வர்க்கம்; கருப்பின வர்க்கம். வெள்ளை நிறவெறியில் தங்களது சுயங்களை இழந்து மனித விலங்காய் இருத்திவைக்கப்பட்ட வர்க்கம். வெள்ளைத் துரைமார் வீட்டிலிருந்து தப்பித்து ஓடி விடக்கூடாது என்பதற்காக கணுக்கால் நரம்பு வெட்டப்பட்டு குற்றுயிராய் கொட்டடியில் விடப்பட்ட ஒரு சகோதரனை பிரதிநிதித்துவப்படுத்தும் வர்க்கம். மனிதனாய்ப் பிறந்திருப்பதால் ஒருவர் தனக்கு ஏற்படும் நோவுகளுக்கான சிகிச்சையை தானே செய்துகொள்ளுமாறுதான் உடல் இயற்கையால் படைக்கப் பட்டுள்ளது. அண்டை வீட்டில் நுழைந்து கருவாட்டைத் தின்று விட்டது என்று குற்றஞ்சாட்டப்பட்ட ஒரு நாயின் தொடை நோக்கி வீசப்பட்ட அரிவாள் ஏற்படுத்திய காயத்தை அந்த நாய் நக்கி நக்கியே ஆற்றிவிடும். உமிழ்நீரே அதன் மருந்து. தப்பிக்கப் பார்த்தார் என்ற காரணத்திற்காக கணுக்கால் வெட்டப்பட்டு கொட்டடியில் சங்கிலியால் பிணைக்கப்பட்ட ஒரு கருப்பின சகோதரனின் நிலையை சற்று கற்பனை செய்து பார்த்தால் கண்கலங்குகிறது. கணுக்காலிலிருந்து இரத்தம் வழிந்து ஓய்ந்து காய்ந்த பிறகு ஈ மொய்க்கும்; நடக்க முடியாது; சீதம்

பேதமெல்லாம் அங்குதான். நணவெட்டு வெட்டும்; யாரும் துரையின் அனுமதியின்றி அணுகமுடியாது. தூக்கியெறியப்பட்ட ரொட்டித்துண்டுகள் வாகாய் தன் முன் விழாதபோது செண்டி மீட்டர் அளவுக்குக் கூட கணுக்காலை அசைக்கமுடியாத அந்த சகோதரன் தான் உயிர்வாழ ரொட்டித்துண்டை கைப்பற்றிவிட எடுக்கும் பிரயத்தனங்களைக் கண்டு நகையாடிய அந்த வெள்ளைத் துரையின் பாரம்பரியம்தான் ஹென்ரிட்டாவிடமிருந்து அவரது செல்களை "திருடியவர்களிடம்" இன்று மீந்திருக்கிறது. கொட்டடியில் வீழ்ந்து கிடந்த அந்தக் கருப்பின சகோதரனின் பாரம்பரியம்தான் இன்று ஹென்ரிட்டாவின் பாரம்பரியமாக தன்னை வரித்துக்கொண்டுள்ளது. இங்கு அதானியையும் அம்பானியையும் வெள்ளையின ஆதிக்க வெறியோடும், கருப்பின பணிவுப் போக்கை இந்திய ஒடுக்கப்பட்ட மற்றும் தலித் மக்களின் போக்கோடும் சற்றே பொருத்திப்பார்க்கலாம். எப்படி வெள்ளையின வெறி தனது செய்கை குறித்து வெட்கப்படுவதோ அல்லது சுய விமர்சனத்திற்கு தன்னை உட்படுத்திக்கொள்வதில்லையோ அதே போல்தான் அம்பானிகளும் அதானிகளும். தாங்கள் காரணமாக இல்லாத ஒன்றிற்கு வெட்கி தலைகுனிவது, சுயபச்சாதாபம் கொள்வது, ஒரு கட்டத்தில் முடைநாற்றமெடுத்தாலும் நறு மணங்களை அள்ளித்தெளித்துக்கொண்டு ஒய்யாரமாய் ஊர்வலம் வருகிற ஆத்திகக் கோட்பாடுகளினூடாக, ஆதிக்க சக்திகளின் போக்குகளை ஆதரிப்பது போன்றவைகளை ஒடுக்கப்பட்ட வர்க்கம் செய்கிறது. ஹென்ரிட்டாவின் மகள் டெபோராவும் இதற்கு விதிவிலக்கல்ல.

கிரவுன்வில்லே மருத்துவமனையின் அவலமான தோற்றம் மற்றும் அடிப்படை வசதியின்மை ஆகியவைகளை நிதிச்சுமை என்கின்ற காரணத்தின் அடிப்படையில் ஏற்றுக்கொள்கிறார் டெபோரா. அங்கு கருப்பின மக்கள் விலங்குகளை விடக் கேவலமாக நடத்தப்பட்டனர் என்பதும் அவருக்குத் தெரியும். அறிவியல் பூர்வமாக இறவாப் புகழ் பெற்றவராக ஹென் ரிட்டாவை உலகம் கொண்டாடிக்கொண்டிருக்கையில், இறை யியல் கோட்பாட்டு விளக்கத்தின் மூலம் ஹென்ரிட்டாவிற்கு ஒரு மேலுலக அந்தஸ்தை அளிக்கிறார் டெபோரா. ஒரு விண் ணுலக தேவதையாக சித்தரிக்கப்படுகிறார் ஹென்ரிட்டா. ஹீலா செல்களில் உள்ள டெலோமெரேஸ்தான் அவைகளின் இறவாத் தன்மைக்கு காரணமென்று விஞ்ஞானம் கூறினாலும், பைபிளின் கூற்றுப்படிதான் ஹீலா செல்கள் இறவாத்தன்மையோடு வாழ்வதாக

கருதுகிறார் டெபோரா. பைபிள் கீழ்கணடவாறு சொல்கிறது: "எவர் என்னை நம்புகிறாரோ அவர் இறந்தாலும் கூட வாழ்வார்; எவர் ஒருவர் என்னில் வாழ்ந்து என்னை நம்புகிறாரோ அவர் ஒரு போதும் மரணிக்ககூட மாட்டார்". ஹென்ரிட்டா இறைவனுள் வாழ்ந்தவர்; ஹீலா செல்களின் வடிவில் இறவாத்தன்மையோடு தற்பொழுது வாழ்ந்துகொண்டிருப்பதாக டெபோராவும் அவரது குடும்பத்தினரும் கருதுகின்றனர்.

"விண்ணுலகம் சார்ந்த விஷயங்களும் மண்ணுலகம் சார்ந்த விஷயங்களும் இருக்கின்றன. ஆனால் ஒன்றின் அழகிலிருந்து மற்றொன்று வேறுபடுகின்றது" என பைபிள் கூறுகின்றது. ஹீலா செல்கள் நுண்ணோக்கியின் மூலம் பார்க்கப்பட்டபோது அவைகள் பல்வேறு வண்ணங்களில் ஜொலித்தன. செல்லின் உள்ளுறுப்புகளை வேறுபடுத்திக் காட்ட வண்ணங்களை பயன் படுத்துவது விஞ்ஞானத்தில் வழமைதான் என்றாலும் ஹீலா செல்களின் பொலிவிற்குக் காரணம் அவைகள் விண்ணுலகம் சார்ந்தவைகள் எனபதாக பொருள்கொண்டனர் டெபோரா குடும்பத்தினர். "மரித்த உடல் மீண்டெழுகிறது என்றால் எப்படி இருக்கும்? உடல் புதைக்கப்பட்டால் அது இறந்து போன உடல். அதுவே மீண்டெழுந்தால் இறவாத்தன்மை பெறுகிறது. மெய்யுடல் மற்றும் ஆன்மீக உடல் என்று இரண்டு வகை உள்ளது. அதில் ஹீலா செல்கள் ஆன்மீக உடலுக்குச் சொந்தமானவை" எனவும் கருதினர். செல் குறித்து விக்டர் மெக்குசிக் தனக்கு வழங்கிய புத்தகத்தில் படித்துப் புரியாத விஷயங்கள் கூட பைபிளை படித்த ததன் மூலம் துலக்கமானதாகக் கருதினார் டெபோரா.

ஒரு அப்பாவி கருப்பினப் பெண்ணின் உடலிருந்து செல்கள் அனுமதியின்றி எடுக்கப்பட்டது, அதனைக்கொண்டு எண் ணற்ற நிறுவனங்கள் வணிகம் செய்து கொழுத்த இலாபம் சம்பாதித்தது, அதில் சல்லிக்காசு கூட ஹென்ரிட்டா குடும்பத்திற்கு வழங்காதது, மீண்டும் சோதனை என்கின்ற பெயரில் ஹென்ரிட்டா குடும்பத்தினரிடமிருந்து இரத்தம் எடுத்தது, இதுவரையிலும் ஹென்ரிட்டாவிற்கு இழைக்கப்பட்ட அநீதிக்கு அதிகாரப்பூர்வமாக விஞ்ஞான உலகம் வருத்தம் தெரிவிக்காதது இவைகள் பற்றிய காத்திரமான விமர்சனங்கள் எதையும் ஹென்ரிட்டா குடும்பத்தினர் முன்வைக்காமல், நீதி கோராத ஒரு இறையியல் போதைக்கு ஒட்டுமொத்தக் குடும்பமும் ஆட்பட்டிருந்தது என்பதுதான் உண்மை.

டெபோரா ஓர் அதிசயப் பிறவி

வயது, மனச்சோர்வு, தனது தாயார் செல் குறித்து அறிய வேண்டும் என்கிற வெறி, தனது தாயார் குறித்தான செய்திகளைத் திரட்டுவதில் வயது கடந்த பிரயத்தனம், ஏற்கனவே தொல்லைகொடுத்துக்கொண்டிருந்த உயர் இரத்த அழுத்தம் இவைகளெல்லாம் டெபோராவை உடல் மற்றும் உளவியல்ரீதியில் புரட்டிப்போட்டிருந்தது. மருத்துவர் எழுதிக்கொடுத்திருந்த மருந்தை சாப்பிடாவிடில் இயல்பு வாழ்க்கை பாதிக்கப்படும் என்கிற நிலையில்தான் டெபோரா நாட்களைக் கடத்திக் கொண்டிருந்தார்.

அந்த வயதிலும் டெபோராவிற்கு ஓர் ஆசை வந்தது. ரெபேக்கா ஸ்க்லூட்டை அழைத்து தான் பள்ளிசெல்லப் போவதாகக் கூறினார்! நம்மூர் டுடோரியல் மையங்களைப் போல் அங்கு ஒரு மையம் அவருக்கு பாடம் சொல்லிக்கொடுக்கத் தயாராக இருந்தது. தன்னை ஒரு மாணாக்கராக அந்த மையத்தில் பதிவு செய்து கொண்டார் டெபோரா. "பத்தாவது கிரேடு தாண்டிய பின்னர் நான் கல்லூரி போகப்போகிறேன். பின்னர் எனது தாய் குறித்த அனைத்து விஷயங்களையும் கற்றுக்கொள்ளப் போகிறேன்" என ஆர்வம் ததும்பச் சொன்னார் அந்தப் பெண்மணி. பின்னர் கதிரியக்க சிகிச்சை பற்றி கற்றுக்கொள்ள வேண்டும் என தனது

எண்ணத்தை மாற்றிக்கொண்டார். இதன் மூலம் புற்றுநோய் நோயாளிகளை ஆராயமுடியும் என நினைத்தார் டெபோரா.

ஏற்கனவே National Foundation for Cancer Research ஹென்ரிட்டாவை கௌரவிக்கும் வண்ணம் ஒரு மாநாட்டிற்கு ஏற்பாடு செய்திருந்தது. அம்மாநாட்டில் டெபோரா பேசுவதாகவும் இருந்தது. ஆனால் அந்நிகழ்வு செப்டம்பர் 11, 2001 அன்று நிகழ்ந்த அமெரிக்க இரட்டைக் கோபுர தகர்ப்பு சம்பவத்தால் ரத்து செய்யப்பட்டது. இது குறித்து வருத்தப்பட்டார் டெபோரா. இறந்தவர்களுக்காகவும், ஒத்தி வைக்கப்பட்ட நிகழ்ச்சி மீண்டும் நடத்தப்படுவதற்காகவும் இறைவனைப் பிரார்த்தித்தார் டெபோரா. பிரார்த்தித்த போதுதான் டெபோராவிற்கு அது நேர்ந்தது. வாய் ஒரு பக்கம் கோணலாக இழுத்துக்கொண்டது. மூச்சு விட சிரமபட்டுள்ளார். ஏற்கனவே இருந்த இரத்த அழுத்தம், சர்க்கரை நோய் அவரை அங்கேயே சாய்த்துப் போட்டது. மருத்துவமனையில் சேர்க்கப்பட்டு மீண்டுவந்தார் அவர். தான் பழைய நிலைக்கு வரவேண்டுமானால் பள்ளிக்குச் சென்று ஒரு தேர்வு எழுதினால் சரியாகி விடும் என்று கூறி அனைவரையும் திகைப்படையச் செய்தார் அந்த 60 வயதுப் பெண்.

ஒரு முறை டெபோராவின் கணவர் புல்லம் சர்ச்சில் பிராத்தனைக்கு தலைமையேற்று நடத்திக்கொண்டிருக்கையில் அங்கு பார்வையாளராக நின்றுகொண்டிருந்த ஸ்க்லூட் அவர்களை மேடைக்கு அழைத்து பேசச் சொன்னார் டெபோரா. தான் இதுவரை மேடையில் பேசியதில்லை என்று மறுத்த ஸ்க்லூட்டிடம் இதுவரை தனது தாயார் குறித்து அவர் சேகரித்த விஷயங்கள் மற்றும் செய்த ஆராய்ச்சிகள் ஆகியவற்றைப் பற்றி எடுத்துக் கூறுமாறு வேண்டுகோள் விடுத்தார் டெபோரா. அனைத்தையும் ஒன்று விடாமல் சொல்லிமுடித்தார் ரெபேக்கா ஸ்க்லூட். ஒட்டுமொத்த கூட்டமும் வியப்பில் ஆழ்ந்தது. “ஆமென்” “அல்லேலூயா” என ஆரவாரித்தனர் அவர்கள்.

இன்று ஒருவர் ஹென்ரிட்டா பிறந்து வளர்ந்த கிளவர் பகுதிக்குச் சென்றால் அவர் வாழ்ந்ததற்கான எச்சங்கள் எதையும் காண வியலாது. சிதிலங்கள்தான் நிறைந்து கிடந்தன. ஒரு சகாப்தத்தின் சாட்சிகளாக வாழ்ந்துகொண்டிருந்தவர்கள் ஒவ்வொருவராக இவ்வுலகைவிட்டுப் புறப்பட்டுகொண்டிருந்தார்கள். டேவிட் லேக்ஸ் இறந்துவிட்டார். மே 11, 2009 அன்று இறந்தார் டெபோரா. மே 10 ஞாயிறு அன்றுதான் அன்னையர் தினத்தைக் கொண்டாடினார்

அவர். கனிவு, கற்றுக்கொள்ளும் ஆர்வம் கொண்டவர். தனது தாயாரின் வரலாற்றை வெளிக்கொணர முயன்ற ரெபேக்கா ஸ்க்லூட்டுக்கு கடைசிவரை பக்கபலமாக இருந்தவர். குழந்தைக்கு நிகரானவர். 2009, மே 21ஆம் தேதியிலிருந்து ஸ்க்லூட் செய்த தொலைபேசி அழைப்புகள் எதையும் ஏற்காததாலும், அவர் அனுப்பிய குறுஞ்செய்திகளுக்கு பதிலனுப்பாததாலும் குழம்பிப் போயிருந்த ரெபேக்கா ஸ்க்லூட்டுக்கு டெபோராவின் சகோதரர் சோனிதான் அவர் இறந்துவிட்டதாகத் தகவல் சொன்னார்!

இறுதியாக...

ஹென்ரிட்டாவின் செல்களை அவரது சம்மதமின்றி மருத்துவர்கள் எடுத்தது சட்ட விரோதமில்லையா என்கிற கேள்வியைப் பலரும் கேட்கின்றனர். சட்டவிரோதம் இல்லைதான். 1951இல் மட்டுமல்ல இப்பொழுதும் அப்படித்தான். நீங்கள் மருத்துவமனைக்குச் சென்று சாதாரண அறுவை சிகிச்சையிலிருந்து ஆபத்தான அறுவை சிகிச்சை வரை மேற்கொள்கிறீர்கள் என்று வைத்துக்கொண்டால் அந்த அறுவை சிகிச்சையிலிருந்து வெட்டி எடுக்கப்படும் வேண்டாப் பொருள்கள் பெரும்பாலும் தூக்கியெறியப்படாது. மாறாக ஆராய்ச்சிக்காக அவைகள் பத்திரமாக பாதுகாக்கப்படும். உங்களுக்கு உபாதை கொடுத்த பொருள் என்பதால் அது குறித்து நீங்கள் எந்தக் கேள்வியும் எழுப்பியிருக்க மாட்டீர்கள். எனவே அப்பொருள் தூக்கியெறியப்பட்டதா அல்லது ஆய்வகத்தில் சேமிக்கப்பட்டதா என்பதும் உங்களுக்குத் தெரியாது.

1999இல் RAND[1] கார்ப்பரேசன் அமெரிக்காவில் மட்டும் 178 மில்லியன் மக்களிடமிருந்து 307 மில்லியனுக்கு மேற்பட்ட திசு மாதிரிகளை எடுத்து சேமித்து வந்ததாக தனது அறிக்கையில் கூறியிருந்தது. உயிர்வங்கிகள் (Bio-Banks) குடல் வால், கரு முட்டை, தோல், விதைகள் (Testicles) ஆகியவற்றை சேமிக்கின்றன. 60களிலிருந்து அமெரிக்காவில் பிறந்த சிசுக்களின் இரத்த

மாதிரிகளையும் இந்த வங்கிகள் சேமித்து வைத்துள்ளன என்பதும் குறிப்பிடத்தக்கது. NIH[2] (National Institute of Health) 2009இல் மட்டும் திசு மாதிரிகளை சேகரிப்பதற்காக 13.5 மில்லியன் அமெரிக்க டாலரை முதலீடு செய்துள்ளது. பொதுமக்கள் தங்களது செல் களை எதிர்கால ஆராய்ச்சிக்குப் பயன்படுத்த அனுமதி வழங்கி அவைகளை உயிர் வங்கியில் சேமிப்பதற்கும் அனுமதி வழங்கி உள்ளனர் என்பதும் குறிப்பிடத்தக்கது.

திசுக்கள் எடுக்கப்பட்டு ஆராய்ச்சிக்கு உட்படுத்தப்படுவதனால் மனித குலம் பல நன்மைகளை அடைந்துள்ளது என்பது மறுக்கமுடியாத உண்மையாகும். ரேபிஸ் நோய், பெரியம்மை, தட்டம்மை, லுக்கீமியா, மார்பகப் புற்றுநோய், குடல் புற்றுநோய் போன்றவற்றிற்கு மருந்து கண்டுபிடிக்கப்பட்டதெல்லாம் இப்படி யாக அனுமதியின்றி எடுக்கப்பட்ட செல்களைக் கொண்டு செய்த ஆராய்ச்சியின் விளைவுதான்.

உங்களது உடலிருந்து எடுக்கப்படும் திசுக்கள் தொடர்பாக இரண்டு விஷயங்கள் முன் வந்து நிற்கின்றன. ஒன்று நோயாளி யிடமிருந்து பெறப்படும் சம்மதம் தொடர்பானது. மற்றொன்று அந்நோயாளிக்கு வழங்கப்படும் ஈட்டுத்தொகை.

முதலில் சம்மதம் பற்றிப் பார்க்கலாம். பலருக்கு எவ்வாறு தங்களது உடலிலிருந்து எடுக்கப்பட்ட திசுக்கள் ஆராய்ச்சிக்குப் பயன்படுத்தப்படுகின்றன என்பது தெரியாது அல்லது புரியாததாக இருக்கிறது என்பது முக்கியமான விஷயம். பொதுவாக ஆராய்ச்சிக்காக சேகரிக்கப்படும் திசுக்கள் மற்றும் இரத்த மாதிரிகளுக்கு கொடையாளியின் (Donor) ஒப்புதல் தேவை என்பது சட்டப்பூர்வமான ஒன்றாக இல்லை. விதிவிலக்காக சில விதிகள் இருந்தாலும் அவைகள் சட்டம் என்கிற வகையினத்தில் வராது. அமெரிக்காவில் Common Rule என்றழைக்கப்படும் விதியின்படி மனிதனை ஆராய்ச்சிப்பொருளாகக் கொண்டு செய்யப்படும் ஆய்வுகளுக்கு அனுமதி பெற வேண்டும். ஆனால் அதில் நடைமுறைச் சிக்கல் உள்ளது. அதாவது அந்த ஆராய்ச்சிக்கு அரசு நிதியுதவி வழங்கியிருந்தால் மட்டுமே அவ்வாறு அனுமதி பெற வேண்டும். இங்கு பெரும்பாலான ஆராய்ச்சிகளை தனியார் அமைப்புகள்தான் செய்கின்றன. மேலும் ஆராய்ச்சியாளருக்கு செல் யாரிடமிருந்து எடுக்கப்பட்டதோ அந்த நபருடன் நேரடியான தொடர்பு எதுவுமில்லை மற்றும் அவர் செல்களோடு மட்டும் தொடர்புகொள்பவராக இருப்பதால் மனிதர்களை ஆராய்ச்சிப்

பொருளாக பயன்படுத்தும் வகையினத்தில் அவர் வரவில்லை. எனவே Common Rule அவருக்குப் பொருந்துவதில்லை. அவருக்குக் கொடையாளியிடமிருந்து ஒப்புதலைக் கோருகிற தேவை எழாமலேயே போகின்றது.

கொடையாளியிடம் ஒப்புதலைப் பெறவேண்டும் என்பதில் இருவேறு கருத்துக்கள் நிலவுகின்றன. ஒரு தரப்பு ஒப்புதல் தேவை என்றும் இன்னொரு தரப்பு ஆராய்ச்சி நோக்கத்திற்குத்தான் செல்கள் எடுக்கப்படுவதால் கொடையாளியின் ஒப்புதல் தேவையில்லை என்றும் கூறுகின்றனர். National Institute of General Medical Science[3] இல் பணியாற்றும் ஜுதித் கிரீன்பர்க் "திசு ஆராய்ச்சியின் விளைவுகள் என்ன என்பது பற்றி கொடையாளிகள் அறிந்துகொள்வது முக்கியமானது" என்று கூறுகிறார். "திசு தொடர்பாக புது சட்டமியற்றுவது தேவையில்லை, அதற்குப் பதிலாக தொழில்சார்ந்த வழிகாட்டுதல்களை (Professional Guidelines) கண்காணிக்க சீராய்வு வாரியத்தை அமைக்கலாம்" என ஒரு சாரார் கூறுகின்றனர்.

இங்கு சில முக்கியமான வழக்குகளை அவதானிக்க வேண்டியிருக்கிறது. *2005* இல் ஹவாசுபாய்[4] (Havasupai) பழங்குடியினர் அரிசோனா மாகாண பல்கலைக்கழகத்திற்கு எதிராக வழக்குத் தொடர்ந்தனர். நீரிழிவு நோய் குறித்தான ஆராய்ச்சிக்கு தங்களது செல்களை பயன்படுத்துமாறு அவர்கள் தானமாக வழங்கியிருந்தனர். ஆனால் விஞ்ஞானிகள் நீரிழிவு நோய்க்காக அந்த செல்களைப் பயன்படுத்தாமல் சீஸோஃப்ரீனியா[5] (Schizophrenia) நோய் ஆராய்ச்சிக்காக பயனபடுத்திவிட்டதாக குற்றஞ்சாட்டினர் அப்பழங்குடியினர். அதற்குத் தாங்கள் அனுமதியளிக்கவில்லை என வாதிட்டனர். அந்த வழக்கு இன்னும் நிலுவையில் உள்ளது. அதே போல், *2006*இல் அமெரிக்காவில், தங்களது அனுமதியில்லாமல் தங்களது தொப்புள் கொடிகளை மருத்துவர்கள் சேமித்து வைத்துள்ளதாக *700*க்கும் மேற்பட்ட தாய்மார்கள் குற்றஞ்சாட்டி வழக்குத்தொடுத்தனர். ஒரு வேளை எதிர்காலத்தில் தங்களது மருத்துவமனையில் பிறந்த குழந்தைகளுக்கு குறைபாடு ஏதேனும் தோன்றினால், குறைபாட்டுக்குக் காரணமான குறைபாட்டு ஜீன்கள் அவரவர் குழந்தைகளிடம் ஏற்கனவே இருந்தன என்று தொப்புள்கொடிகளைக் கொண்டு செய்யப்பட்ட ஆராய்ச்சி முடிவுகளின் அடிப்படையில் வாதாடி இழப்பீடு கோரும் முயற்சியைத் தடுக்கவே இந்த செய்கையை மருத்துவர்கள் செய்ததாக குற்றஞ் சாட்டப்பட்டது. இன்னும் சில நேர்வுகளில் தொழிலாளர்களின்

சம்மதமின்றி அவர்களது செல்களில் மேற்கொள்ளப்பட்ட ஜீன்சார் சோதனைகளைக் கொண்டு அவர்களின் காப்பீட்டு கேட்பு உரிமை (Insurance Claim) கூட மறுக்கப்பட்ட சம்பவங்களும் உண்டு.

மேற்காணும் நிகழ்வுகளெல்லாம் செல் ஆராய்ச்சி தொடர்பாக கொடையாளியிடமிருந்து ஒப்புதலைப் பெறவேண்டும் என்பதை நேரடியாக வலியுறுத்துபவைகளாக உள்ளன.

ஹார்வார்டு பல்கலைக்கழகத்தைச் சேர்ந்த டேவிட் கார்ன் "மற்றவர்களுக்கு உதவுவது என்கின்ற அடிப்படையில் தங்களது உடலில் சிறு துணுக்கைக் கூட தானமாக அளித்து விஞ்ஞான வளர்ச்சிக்கு மக்கள் உதவுவது என்பது அவர்களது தார்மீகக் கடமையாகும்" என்று கூறுகிறார். ஒருவரது மத நம்பிக்கை அவரது செல்களை தானமாக வழங்குவதிலிருந்து தடுத்தால் மட்டும் விதிவிலக்கு அளிக்கலாம் என்றும் அவர் கூறுகிறார். இவர் கொடையாளியிடமிருந்து ஒப்புதல் பெறவேண்டும் என்பதைக் கட்டாயமாக்கக் கூடாது என வாதிட்டார்.

அயோவா[6] (Iova) பல்கலைக்கழகத்தில் பணியாற்றும் இராபர்ட் வயர் கொடையாளியின் பங்களிப்பானது அங்கீகரிக்கப்படவில்லை யென்றால் அவரது கடைசி வாய்ப்பாக இருப்பது நீதிமன்றம்தான் எனக் கூறுகிறார். "நீதிமன்றம் செல்வதன் மூலம் அனைவரும் பின்பற்றக்கூடிய வகையில் வழிகாட்டு நெறிமுறைகளை வகுக்க முடியும்" என்கிறார் அவர்.

அடுத்து பணம் பற்றிப் பேசலாம். பணம் என்று வருகிற போது மனிதத் திசுக்கள் அல்லது திசு ஆராய்ச்சியை வணிகமயமாக்க முடியுமா என்கிற கேள்வி எழுகிறது? பொதுவாக இத்தகைய ஆராய்ச்சியில் மருந்து நிறுவனங்கள் ஈடுபட்டுள்ளதால் அவர்களின் பிரதான நோக்கமாக வணிகம் இருக்கிறது என்பது தவிர்க்க இயலாத ஒன்றாகும். மனித அங்கங்கள் அல்லது திசுக்களை விற்பது என்பது சட்டவிரோதம். அதே நேரத்தில் அவைகளுக்கான தொகையைக் கொடுத்துவிட்டு ஒப்புதலோடு ஆராய்ச்சிக்காக அவைகளை பயன்படுத்துவது சட்டப்பூர்வமானதாக இருக்கும். ஒரு உடலில் உள்ள பாகங்கள் மற்றும் செல்களை தானமாக வழங்குவதன் மூலமாக 10000 அமெரிக்க டாலரிலிருந்து 150000 அமெரிக்க டாலர் வரை சம்பாதிக்க முடியும் என ஒரு அதிகாரப்பூர்வமற்ற மதிப்பீடு கூறுகிறது! இந்தியாவில்

சிறுநீரகத்தை விற்றுப் பணம் சம்பாதிப்பதைப் பற்றி மட்டும்தான் கேள்விபட்டுள்ளோம். மேற்குலக நாடுகளில் உடலின் அடிப்படை அலகான செல்லிலிருந்து வியாபாரம் ஆரம்பித்து விடுகிறது. திசுக்களை விநியோகம் செய்கிற நிறுவனங்கள் மிகச்சிறிய அளவிலிருந்து கார்ப்பரேட் அளவிற்கான பெரிய நிறுவனங்கள் வரை உள்ளன. ஆர்டைஸ் (Ardais) என்கிற நிறுவனம் Beth Israel Deaconess Medical Centre[7], Duke Medical Centre[8] போன்ற மையங்களுக்கு திசுக்களை விநியோகம் செய்வதற்காக டாலர்களைக் கொட்டி இறைக்கின்றது. எவ்வளவு டாலர்கள் கைமாறுகின்றன என்பது யாருக்கும் தெரியாது. செல் வணிகத்தில் யார் பணத்தை ஈடாகவோ அல்லது இலாபமாகவோ பெறுகிறார்கள் மற்றும் அந்த பணம் எதற்காக பயன்படுத்தப்படுகிறது என்பது முக்கியம். பெரும்பாலும் யாரிடமிருந்து திசுக்கள் எடுக்கப்பட்டனவோ அவரைத் தவிர்த்து மற்ற அனைவரும் பணத்தைப் பெறுகின்றனர். ஹென்ரிட்டா லேக்ஸ் இதற்கு சிறந்த எடுத்துக்காட்டு. ஹென்ரிட்டா விஷயத்தில் அவரது குடும்பத்திற்கென்று பொருளாதார வடிவில் எதுவும் கிடைக்கவில்லை அல்லது அளிக்கப்படவில்லை என்பது துக்ககரமானது.

திசுக்களைக் கொடையாக வழங்குபவர்களுக்கென்று பிரத்யேக ஏற்பாடுகளை சட்டப்பூர்வமாகச் செய்யவேண்டும் என பல்வேறு விஞ்ஞானிகள், அறக்கோட்பாட்டாளர்கள் வலியுறுத்துகின் றனர். அதாவது திசுக்கொடையாளர்களுக்கு உரிய தொகை வழங்குவது; அவ்வாறு வழங்கப்படும் தொகைக்கு வரிவிலக்கு அளிப்பது; இசையமைப்பாளர்களுக்கு ராயல்டி வழங்கப்படுவது போன்று திசுக்கொடையாளர்களுக்கும் ராயல்டி வழங்குவது போன்றவையும். திசுக்களை வழங்கி தனது தனிப்பட்ட இலாபங்களுக்காக மட்டும் பணம் ஈட்டி அறிவியல் ஆராய்ச்சிகளுக்கு இடர்பாடு விளைவிப்பவர்கள் குறித்தும் நிறைய விவாதிக்கப்பட்டுள்ளது.

ஜீன் காப்புரிமை (gene Patent) என்கிற விஷயம் அறிவியல் ஆராய்ச்சிக்கு முட்டுக்கட்டை போடுகிற ஒன்றாக உள்ளது. 2005 வரையில் அமெரிக்க அரசாங்கம் ஏறக்குறைய 20 வகையான ஜீன்களுக்கு காப்புரிமை வழங்கியுள்ளது. அதில் ஆஸ்த்மா, குடல் புற்றுநோய், மார்பகப் புற்றுநோய் போன்றவைகளுக்குக் காரணமான ஜீன்களும் அடக்கம். இந்த ஜீன்களைக் கொண்டு செய்யப்படும் ஆராய்ச்சிகளை மருந்துக் கம்பெனிகள், விஞ்ஞானிகள் மற்றும் பல்கலைக்கழகங்கள் கட்டுப்படுத்துகின்றன மற்றும் அவைகளின் மீதான ஆராய்ச்சிக்கான தொகையை நிர்ணயிக்கின்றன.

ஏனென்றால் இவர்கள்/இவைகள் ஏற்கனவே இந்த ஜீன்களின் காப்புரிமையைப் பெற்றுவிட்டன/ர். உதாரணத்திற்கு மிரியாட் ஜெனடிக்ஸ் (Myriad Genetics) என்கிற நிறுவனம் பாரம்பரிய மார்பகப் புற்றுநோய், கருப்பை புற்றுநோய்க்கு காரணமாக இருக்கிற BRCAI மற்றும் BRCA2 ஜீன்களுக்கான காப்புரிமையைப் பெற்றுள்ளது. யாரேனும் இந்த ஜீன்களைக் கொண்டு ஆராய்ச்சி செய்ய விரும்பினால் அந்த நிறுவனத்திற்கு 3000 அமெரிக்க டாலரை கட்டணமாகச் செலுத்த வேண்டும் அல்லது இந்நிறுவனம் இந்த ஜீன்களைக் கொண்டு சோதனை செய்து அதன் முடிவுகளையும் கட்டணத்தின் அடிப்படையில் வழங்கும். இந்தத் துறையில் இந்நிறுவனம் மேலாதிக்கம் செலுத்துவதால் சோதனைகளை இன்னும் குறைவான கட்டணத்திற்கு செய்து தர பிற ஆராய்ச்சியாளர்கள் எடுக்கும் முயற்சிக்கு இந்நிறுவனம் தடையாக இருக்கிறது. யாரேனும் அப்படி மீறி ஆராய்ச்சியில் இறங்கினால் அவர்கள் வழக்கினைச் சந்திக்க வேண்டும் என்கிற அளவிற்கு இந்தத் தளத்தில் கோலோச்சுகிறது மிரியாட் ஜெனடிக்ஸ். எனவே ஆய்வகங்கள் குறைந்த கட்டணத்தில் புதிய சோதனைகளை கண்டறியும் முயற்சிகளை நிறுத்திவிட்டன எனலாம்.

மனித உயிர்ப்பொருட்களை (Human Bio-Material) வணிகமாக்குதல் என்பது இன்றைய சந்தைப் பொருளாதாரத்தில் தவிர்க்கமுடியாத ஒன்றாக இருக்கிறது. ஆராய்ச்சி மற்றும் ஏழைகள் குறைந்த விலையில் ஒரு சோதனையை பெறுதல் போன்றவற்றிற்கு மேலாதிக்கம் என்கிற அதன் தாரக மந்திரம் தடையாக இருக்கிறது. நோபல் பரிசு பெற்ற பரூச் பிளம்பர்க் பின்வருமாறு கூறுகிறார்; "மருத்து ஆராய்ச்சி வணிகமயமாக்கம் என்பது நீங்கள் எந்த அளவிற்கு முதலாளித்துவத்தை தழுவியுள்ளீர்கள் என்பதைப் பொறுத்து இருக்கிறது". டெட் ஸ்லாவின் உடலிலிருந்து அவரது செல்களை ஆராய்ச்சிக்காக பயன்படுத்திக்கொள்ள அவருக்கும் பிளம்பர்க் அவர்களுக்குமிடையே எந்த ஒரு ஒப்பந்தமும் தேவைப்பட வில்லை. ஏனென்றால் அப்பொழுது முதலாளித்துவத்தின் யுகம் அந்தளவிற்கு வீரியமானதாக இல்லை. ஆனால் தற்போதைய யுகம் அப்படியல்ல.

தற்போதைக்கு ஒரு கொடையாளியிடமிருந்து திசுக்களை எடுப்பதற்கு அவரிடம் ஒப்புதல் பெறவேண்டும் என்கிற சட்டம் இல்லையாதலால், அந்தக் கொடையாளி வழங்கிய திசுக்களுக்கான பண மதிப்பு எப்பொழுது அவருக்கு கிடைக்கும் என்

பதைச் சொல்ல முடியாது. 2006இல் NIHஐ சேர்ந்த ஒரு ஆராய்ச்சியாளர் ஆயிரக்கணக்கிலான திசு மாதிரிகளை Pfizer[9] என்கிற நிறுவனத்திற்கு வழங்கி அதற்குப் பதிலாக அரை மில்லியன் அமெரிக்க டாலரைப் பெற்றுக்கொண்டார். இங்கு கொடை யாளிகளுக்கு ஒரு தொகையும் போய்ச் சேரவில்லை என்பது குறிப்பிடத்தக்கது. பின்னர் இது ஒரு வழக்காக மாறியது. அதாவது ஒரு ஆராய்ச்சியாளர் மருந்து நிறுவனத்திடமிருந்து நேரடியாக பணம் பெற அனுமதி பெற்றவரில்லை என்ற அடிப்படையில் அவர் குற்றஞ்சாட்டப்பட்டார். இவ்வழக்கில் கொடையாளி வழங்கிய திசுக்கள் பற்றியோ அந்த திசுக்கள் கொண்டிருந்த் பொருளாதார மதிப்பு பற்றியோ யாரும் பேசவில்லை. அது வழக்கின் சாராம்சத்திற்குள்ளும் வரவில்லை.

1999இல் கிளிண்டன் அமைத்த National Bioethics Advisory Commission(NBAC) என்கிற அமைப்பு, திசு ஆராய்ச்சியில் தற்பொழுது நிலவுகிற அரசுக் கட்டுப்பாடு என்பது போதாத ஒன்றாக இருப்பதால் கொடையாளிகளின் நலனைப் பாதுகாக்கும் வகையில் புதிய மாற்றங்கள் செய்யப்படவேண்டும் எனப் பரிந்துரைத்தது. ஆனால் அந்த அமைப்பின் பரிந்துரையில் கூட மனித உடலிலிருந்து பெறப்படும் திசுக்களிலிருந்து யார் இலாபமடைவது என்பது குறித்து தெளிவாக எந்த ஒரு வரையறையும் கொடுக்கப்படவில்லை.

இவ்வளவு வழக்குகள், அமைப்புகள், சட்டங்கள் என பல்வேறு விஷயங்கள் இருந்தாலும், ஹீலா செல்கள் மீதான தங்களது உரிமைகளை நிலைநாட்ட வேண்டும் என்று ஹென்ரிட்டா குடும்பத்தினர் எந்த ஒரு நிலையிலும் வழக்குத் தொடுக்கவில்லை. ஹீலா செல் உற்பத்தியை முடக்கிவிடுவதாகக் கற்பனை செய்தால் அது பெரும் விபரீதத்தை ஏற்படுத்திவிடும் என்பதுதான் நிதர்சனம். கொலம்பியா பல்கலைக்கழகத்தைச் சேர்ந்த வின்சென்ட் ரெகானியல்லோ தனது சொந்த ஆராய்ச்சிக்காக இதுவரை 800 பில்லியன் ஹீலா செல்களை உற்பத்தி செய்து வைத்துள்ளதாகக் கூறியுள்ளார். இன்று உலகம் முழுவது ஆராய்ச்சியாளர்களின் ஆய்வகங்களின் சோதனைக்குழாய்களில் உலகையே புரட்டிப் போட்டுவிட்டு உறைகுளிர்நிலையில் மிக அமைதியாக உறங்கிக் கொண்டு யாருக்கும் தெரியாமல் பகுப்படைந்துகொண்டிருக்கிறார் ஹென்ரிட்டா லேக்ஸ்!

குறிப்புகள்

1. RAND கார்ப்பரேசன் - அமெரிக்க இராணுவத்திற்கு ஆராய்ச்சி மற்றும் பகுப்பாய்வு தொடர்பான சேவைகளை வழங்குவதற்காக டக்ளஸ் ஏர்கிராஃப்ட் நிறுவனத்தால் ஆரம்பிக்கப்பட்ட சர்வதேச இலாபநோக்கமற்ற அமைப்பு. இது 1948இல் ஆரம்பிக்கப்பட்டது.

2. National Institute of Health - பயோமெடிகல் மற்றும் உடல் ஆரோக்கியம் தொடர்பான ஆராய்ச்சிக்குப் பொறுப்பான அமெரிக்க ஆராய்ச்சி முகமை. இது 1887இல் ஆரம்பிக்கப்பட்டது.

3. National Institute of General Medical Science - National Institute of Health இன் ஓர் அங்கம்.

4. ஹவாசுபாய் (Havasupai) - அமெரிக்க இந்திய பழங்குடி இனம்.

5. சீஸோஃப்ரீனியா(Schizophrenia)-மூளைக்கோளாறு நோய்.

6. அயோவா (Iova) - அமெரிக்க ஆராய்ச்சிப் பல்கலைக் கழகம்.

7. Beth Israel Deaconess Medical Centre - பாஸ்டன் நகரில் அமைந்துள்ள மருத்துவ ஆராய்ச்சி நிறுவனம். 1896இல் ஸ்தாபிக்கப்பட்டது.

8. Duke Medical Centre-பிரிட்டன் மருத்துவ ஆராய்ச்சி நிறுவனம். 1925இல் ஸ்தாபிக்கப்பட்டது.

9. Pfizer - சர்வதேச அமெரிக்க மருந்து நிறுவனம். 1849இல் ஸ்தாபிக்கப்பட்டது. தலைமையிடம் நியூயார்க்.